Vietna
for
Beginners

by

Jake Catlett

Tiếng Việt

Paiboon Poomsan Publishing
582 Amarinniwate Village 2
Nawamin 90 (Sukha 1), Bungkum
Bangkok 10230
THAILAND
Tel 662-509-8632
Fax 662-519-5437

Paiboon Publishing
PMB 256, 1442A Walnut Street
Berkeley, California USA 94709
Tel. 1-800-837-2979
Fax 1-866-800-1840

orders@paiboonpublishing.com
www.paiboonpublishing.com

Cover and graphic design by Doug Gordon Morton
Edited by Le Thi My Hong, Benjawan Poomsan Becker

CD Voices: Jake Catlett, Huong Nguyen, Kathy Luong, Toan Lam and
Dong Nguyen

ISBN 978-1887521-81-9

Introduction

These days in Vietnam, business is booming, contact with the outer world is becoming more and more a part of daily life, the tourism industry is offering exciting new destinations almost on a daily basis, and service is increasing as a result. The reasons to visit Vietnam seem to grow by the minute, and so, of course, do the reasons to learn the language.

Because of Vietnam's recent isolation and economic problems, few decent Vietnamese language resources have been produced for quite some time. Those that are available tend to be outdated or over-formal, and not very "conversation friendly". **Vietnamese for Beginners** presents the language in a simple, user-friendly manner, using contemporary and common words and phrases.

Vietnamese for Beginners teaches the four basic language skills – speaking, listening (with the tapes or CD's and/or an instructor), reading and writing. There is also a grammar section in each lesson. The first part of each lesson introduces vocabulary and sentence structure, followed by exercises, tests, and sections dedicated to teaching the Vietnamese alphabet and pronunciation. You should have a coach, maybe a Vietnamese friend or instructor, who can listen to and correct your pronunciation, especially when you are first beginning to learn the language.

Vietnamese uses a Latin-based script, making it much easier for Western learners to learn to read and write the language. It is also phonetic, and since no transliteration system is needed, learning the Vietnamese alphabet should be quite easy for English speakers.

One major difference between English, and other European languages, and Vietnamese, is that Vietnamese is a tonal language. Mastering the use of tones is absolutely essential in Vietnamese. In any case, saying a word with the wrong tone will either change the meaning of the word completely, or make it meaningless. Simply stated, Vietnamese spoken without proper use of tones becomes complete gibberish. The challenges this poses for English speakers are many, but one of the biggest difficulties is that English speakers use tone to stress the significance of a word, or to show stronger emotion. This is not the case for Vietnamese. In order to master the tonal system, you need to learn to divorce your emotions from your tonal speech patterns. It takes time and practice both to speak, and even to hear the tones properly.

The first appendix contains useful words and phrases in an easy-to-use format, to help you find what you need to say quickly and simply in real-life situations. The second appendix contains answers to the multiple choice and translation tests at the end of each chapter. The exercises sections in each chapter are often intended to be practiced with others, and answers to questions in the exercises will often vary from person to person, so there is no answer key for these sections. Again, a Vietnamese friend or instructor should help you practice these sections.

This book is intended for beginning level students, and people who are interested in improving their basic Vietnamese language skills. Please feel free to let us know of any suggestions you may have for how we can make this book more useful or easier to use in the future.

The reasons to learn the Vietnamese language are many and varied. There are few places in the world that are growing and developing as quickly as Vietnam, and yet still remain relatively unexplored and challenging. Vietnam is now a land of opportunity and potential. Learning Vietnamese can only help to give you a more intimate and enjoyable experience in this fascinating land, so full of history and intrigue.

Table of Contents

Guide to Pronunciation

Vowels

a	like <u>a</u> in f<u>a</u>ther	bàn – *to sell*
e	like <u>e</u> in t<u>e</u>n	sen – *lotus*
ê	like <u>a</u> in g<u>a</u>me	tên – *name*
i	like <u>ee</u> in n<u>ee</u>d	đi – *go*
o	like <u>aw</u> in fl<u>aw</u>	to – *big*
ô	like <u>o</u> in n<u>o</u>	cô – *aunt*
ơ	like <u>o</u> in w<u>o</u>rry	phở - *noodle soup*
u	like u in fl<u>u</u>	thu – *autumn*
ư	similar to <u>ur</u> in f<u>ur</u>	từ - *from*
y	like "i"	Mỹ - *America*
ă	like "a", but shorter	rắn – *snake*
â	like "ơ", but shorter	lần – *time, occurence*

Consonants

b	like <u>b</u> in <u>b</u>eef	bò – *cow*
c	like <u>c</u> in <u>c</u>ow, but unaspirated	cay - *spicy*
d	like <u>y</u> in <u>y</u>ou (south) like <u>z</u> in <u>z</u>oo (north)	dờ - *dirty*
đ	like <u>d</u> in <u>d</u>o	đúng – *correct*
g	like <u>g</u> in <u>g</u>o	gần – *near*
h	like <u>h</u> in <u>h</u>ot	hoa – *flower*
k	same as "c"	kiến – *ant*
l	like <u>l</u> in <u>l</u>ittle	ly – *glass*
m	like <u>m</u> in <u>m</u>other	muốn – *to want*
n	like <u>n</u> in <u>n</u>othing	nón – *hat*
r	like <u>r</u> in <u>r</u>ake (south) like <u>z</u> in <u>z</u>oo (north)	rắn - *snake*

s	like <u>sh</u> in <u>sh</u>oe	sách – *book*
t	like <u>t</u> in <u>t</u>ime, but unaspirated	tím - *purple*
v	like <u>v</u> in <u>v</u>iolet	vàng – *yellow*
x	like <u>s</u> in <u>s</u>outh	xe – *vehicle*

Consonant Clusters

ch	like <u>ch</u> in <u>ch</u>eese when in an initial position	cháo – rice porridge
	like <u>t</u> in fa<u>t</u> when in a final position (south)	cách – to be separated
	like <u>ck</u> in ta<u>ck</u> when in a final position (north)	
gh	like <u>g</u> in <u>g</u>o	ghét – to hate
gi	like <u>y</u> in <u>y</u>ou (south)	gì - what
	like <u>z</u> in <u>z</u>oo (north)	
kh	like <u>k</u> in <u>k</u>ing	không – no
ng	like <u>ng</u> in ki<u>ng</u>, but can also appear in an initial position	trắng – white ngủ - sleep
ngh	same as "ng", but only found in an initial position	nghe – to hear
nh	like <u>ni</u> in o<u>ni</u>on in an initial position	nhà – house
	like <u>n</u> in ca<u>n</u> in a final position (south)	bánh mì – bread
	like <u>ng</u> in si<u>ng</u> in a final position (north)	
ph	like <u>f</u> in <u>f</u>ire	phòng – room
th	like <u>t</u> in <u>t</u>ake	tháng – month
tr	similar to <u>tr</u> in <u>tr</u>ain	trứng – egg

Bảng chữ cái Tiếng Việt
The Vietnamese Alphabet

A a   Ă ă   Â â   B b   C c

D d   Đ đ   E e   Ê ê   G g

H h   I i   K k   L l   M m

N n   O o   Ô ô   Ơ ơ   P p

Q q   R r   S s   T t   U u

Ư ư   V v   X x   Y y

Initial Consonant Clusters

ch- gh- gi- kh- ng-

ngh- nh- ph- th- tr-

Final Consonants

-c -m -n -p -t

Final Consonant Clusters

-ch -ng -nh

Lesson 1

Greetings, yes/no questions, personal pronouns, *cái gì* (what), common nouns, numbers

Bài 1   *Lesson 1*

Từ vựng   *Vocabulary*

tôi	I, me
bạn, người bạn	you, friend
tên	name
là, thì	to be
xin chào bạn	hello, goodbye
tạm biệt	goodbye
bạn khỏe không?	how are you?
khỏe	to be fine, to be well
rất vui được gặp bạn	nice to meet you
tôi cũng vậy	same here, me too
xin lỗi	excuse me, I'm sorry
không sao đâu	never mind, "no problem"
cảm ơn	thank you
Không có chi	you're welcome
còn...thì sao?	"how about...?"
còn bạn thì sao?, còn bạn?	how about you?, and you?
(*cuốn*) sách	book
(*tờ*) báo	newspaper
(*cây*) bút mực, (*cây*) viết	pen
(*cây*) bút chì, (*cây*) viết chì	pencil

(*cây*) bút bi, (*cây*) viết bic	ballpoint pen
(*quyển*) vở	notebook
(*cái*) bản đồ	map
(*cái*) đồng hồ	watch, clock
(*cái*) bao, (*cái*) túi	bag
cái này, này, đây	this
cái đó, đó	that
cái kia, kia	that (further away)
cái gì, gì	what
dạ, vâng	yes
ừ, ờ	yes, yeah
không	no, not
….không?	a question particle
….phải không?	isn't it?
không phải	no, it's not
đây có phải là….không?	is this ….?
đây không phải là….	this is not ….
hiểu không?	understand?
hiểu	(I) understand
không hiểu	(I) don't understand

Ngữ pháp - Grammar

Vietnamese grammar is not terribly complicated. There is no conjugation of verbs, there is no gender, and there is no pluralization. While some of the concepts can be tricky at first, most of the grammar covered in this book will be fairly simple to understand.

The grammar follows a subject + verb + object sentence structure.

e.g. đây là cái đồng hồ = this is a watch
(Lit: this is watch)

The article "*the*" does not exist in Vietnamese, however the word "*một*" (one) is often used like "*a/an*". However, it is not necessary, and is most often used in formal situations.

e.g. tôi là (*một*) giáo viên = I am *a* teacher

In some phrases the verb "*là*" (to be) is often omitted.

e.g. tôi tên Phát = My name is Phát

không

The word "*không*" has a few uses. Aside from being the word for "no" and "zero", it is also used as a question particle in yes/no questions, and to make negative phrases.

When used as a question particle, *"không"* is placed at the end of the sentence to make yes/no questions. It is used with nouns using the following structures:

subject + *có phải là* + oject + *không*

e.g. đây *có phải là* cái đồng hồ *không*? = is this a watch?

And also at the end of tag questions.

…, *phải không?*

e.g. đây là cái đồng hồ, *phải không*? =
this is a watch, isn't it?

When is used with verbs and adjectives it follows the form:

subject + *(có)* + verb/adjective + *không*

e.g. bạn *(có)* khỏe *không* = are you well? (literal)
bạn *(có)* hiểu *không*? = do you understand?

However, with boths verbs and adjectives, the word *"có"* is often omitted.

e.g. bạn khỏe *không* = are you well? (literal)
bạn hiểu *không*? = do you understand?

"không" is also used in front of adjectives and verbs to create negative sentences.

e.g. cái này *không* tốt = this is not good
tôi *không* hiểu = I don't understand

đây and *cái này*

The words "*đây*" and "*cái này*" both mean "this", however "*cái này*" is only used with objects.

    e.g.   *cái này* là cái gì? = what is this?
          cái này là cuốn sách = this is a book

However, "*đây*" can be used for objects, as well as for people and places.

    e.g.   *đây* là cái gì? = what is this?
          đây là cuốn sách = this is a book
          đây là (một) trường học = this is a school
          đây là cô Hương = this is Ms. Hương

gì and *cái gì*

The words "*gì*" and "*cái gì*" both mean "what", however "*cái gì*" is only used with objects.

    e.g.   cái này là *cái gì*? = what is this?
          cái đó là cái gì? = what is that?

"*gì*" is used in all other situations

    e.g.   bạn tên *gì*? = what is your name?
          bạn muốn *gì*? = what do you want?

Pronouns

Along with classifiers, pronouns prove to be one of the most challenging features of Asian languages for Western learners to master. The sheer number of them is confusing enough. Add to that the fact that which pronoun you use for yourself, and for the person you're speaking to, is determined not only by sex and relative age, but also on your level of intimacy with the person you're speaking to. In this book we'll introduce pronouns a few at a time in order to make it easier to use them.

bạn   "friend", or "you". *bạn*" is not commonly used in spoken Vietnamese as a pronoun, however it is often seen in written Vietnamese, e.g. advertisements, newspapers, etc. that will be read by both men and women, older and younger. For clarity's sake "*bạn*" is used most often in the sentences section of this book to mean "you".

tôi   "I", or "me". "*tôi*" is most often used in formal speaking situations, or when the speakers do not know one another. For clarity's sake, "*tôi*" is used most often in the sentences section of this book.

Once a relationship has been established, speakers will use different pronouns. We introduce more throughout the book.

Hội Thoại 1 - Conversation 1

Phong: Xin chào bạn.

   Hello.

Phương: Xin chào bạn.

   Hello.

Phong: Bạn tên là gì?

   What is your name?

Phương: Tôi tên là Phương. Còn bạn ? Bạn tên gì?

   My name is Phương. And you? What is your
   name?

Phong: Tôi tên là Phong. Rất vui được gặp bạn.

   My name is Phong. It's very nice to meet you.

Phương: Rất vui được gặp bạn.

   It's very nice to meet you.

Note: In the question "Bạn tên *là* gì?" and the sentence "Tôi tên *là*…",
   the verb *là* (to be) is often omitted.

Hội Thoại 2 - Conversation 2

Dung: Xin chào bạn.

Hello.

Tom: Xin chào bạn. Bạn có khỏe không?

Hello. How are you?

Dung: Dạ, cảm ơn. Tôi khỏe. Còn bạn thì sao?

Thank you. I'm fine. How about you? How are you?

Tom: Dạ, cảm ơn. Tôi cũng khỏe.

Thank you. I'm also fine.

Note: In the question "Bạn *có* khỏe không?", the word *có* is often omitted.

Câu Văn - Sentences

1. A: Cái này là cái gì?

   What is this?

   B: Đây là cây bút mực.

   This is a pen.

2. A: Đây có phải là tờ báo không?

   Is this a newspaper?

   B: Không. Đó không phải là tờ báo.

   No. That isn't a newspaper.

3. A: Cái đó là cái đồng hồ, phải không?

   That is a watch, isn't it?

   B: Vâng. Đó là cái đồng hồ.

   Yes. That is a watch.

4. A: Cái này là cuốn sách hay là cây bút chì?

   Is this a book or is it a pencil?

   B: Đó là cây bút chì.

   That's a pencil.

5: A: Bạn hiểu không?

   Do you understand?

   B: Tôi hiểu.

   I understand.

   C: Tôi không hiểu.

   I don't understand.

6:   A: Xin lỗi.

Excuse me.

B: Không sao đâu.

Never mind.

7:   A: Cảm ơn.

Thank you.

B: Không có chi.

You're welcome.

8:   A: Bạn tên (là) gì?

What is your name?

B: Tôi tên (là)…

My name is…

9:   A: Bạn (có) khỏe không?

How are you? (Are you well?)

B: Tôi khỏe.

I'm fine. (I'm well)

C: Tôi không khỏe.

I'm not well.

10:   A: Còn bạn thì sao?

How about you?

B: Tôi cũng khỏe.

I'm also fine.

11:   A: Rất vui được gặp bạn.

It's very nice to meet you.

B: Tôi cũng vậy.

Same here.

Số đếm   -   *Numbers*

0	không, lẻ
1	một
2	hai
3	ba
4	bốn
5	năm
6	sáu
7	bảy
8	tám
9	chín
10	mười
11	mười một
12	mười hai
13	mười ba
14	mười bốn
15	mười lăm
20	hai mươi, hai chục
21	hai mươi mốt
22	hai mươi hai
23	hai mươi ba
25	hai mươi lăm
30	ba mươi, ba chục
31	ba mươi mốt
35	ba mươi lăm
40	bốn mươi, bốn chục
50	năm mươi, năm chục
60	sáu mươi, sáu chục
70	bảy mươi, bảy chục

80	tám mươi, tám chục
90	chín mươi, chín chục
100	một trăm
101	một trăm lẻ một
102	một trăm lẻ hai
110	một trăm mười
150	một trăm năm mươi
200	hai trăm
300	ba trăm
1000	một nghìn, một ngàn
1001	một nghìn lẻ một
2000	hai nghìn
3000	ba nghìn
10,000	mười nghìn
100,000	một trăm nghìn
1,000,000	một triệu
10,000,000	mười triệu
100,000,000	một trăm triệu

Note: the word "lẻ" is only used in spoken Vietnamese, and indicates a zero, or series of zeros in numbers like room numbers or years. For example, "401" would be spoken "bốn lẻ một"and 2005 would be spoken "hai nghìn lẻ năm"

The word "chục" is only used in southern Vietnam, and it means "ten". However, it is only used with multiples of ten. It is never used with numbers like 21 or 45, for example, and never used with numbers over 100.

Exercises

1. Practice saying the following numbers in Vietnamese.

1.	10	2.	4
3.	8	4.	17
5.	20	6.	39
7.	2	8.	0
9.	100	10.	55

2. Write out the following numbers using the Vietnamese script.

Example:

150   *một trăm năm mươi*

35   _____

78   _____

8   _____

43   _____

207   _____

92   _____

101   _____

1000 _____

3.   Respond to the following questions and statements in Vietnamese. Practice speaking and writing.

1.   Bạn tên gì?

_____

2.   Bạn khỏe không?

_____

3.   Xin lỗi.

_____

4.   Rất vui được gặp bạn.

_____

4.   Write the question that should precede these answers.

1.   _____

Không hiểu

2.   _____

Không có chi.

3.   _____

Không. Đó không phải là cây viết.

Test 1

Match the English vocabulary with the Vietnamese vocabulary

_____	1.	watch	a. cái này
_____	2.	book	b. quyển vở
_____	3.	pen	c. tên
_____	4.	this	d. cũng
_____	5.	I, me	e. bạn
_____	6.	also	f. cái đồng hồ
_____	7.	map	g. không
_____	8.	name	h. cây viết
_____	9.	what	i. tờ báo
_____	10.	bag	j. cảm ơn
_____	11.	you, friend	k. cái đó
_____	12.	that	l. cây bút chì
_____	13.	thank you	m. cuốn sách
_____	14.	pencil	n. cái gì
_____	15.	notebook	o. cái túi
			p. tôi
			q. cái bản đồ
			r. hiểu

Translation Test: Write and say the following sentences in Vietnamese. Repeat them several times to practice pronunciation.

What is your name?

_____

My name is _____.

_____

How are you?

_____

Thank you.

_____

You're welcome.

_____

Never mind.

_____

It's very nice to meet you.

_____

Is this a notebook?

_____

That is not a pencil.

_____

The Vietnamese Writing System

As you can see, the Vietnamese writing system is in some ways very similar, and in some ways very different from English. While it does use Latin characters, like English, it also uses markers for accents on vowels and for tone.

In any case, the ease of learning to read and write Vietnamese is a great benefit for English speaking learners. The Vietnamese alphabet is phonetic. The way it is written is the way it is pronounced. Variation in pronunciation, however, means that certain characters are pronounced differently in the north, south, and center of Vietnam.

Punctuation of Vietnamese is the same as with English. This also makes things a bit easier.

In these sections of the book we will use exercises that will not only teach you the characters of the Vietnamese alphabet, and how to use them, but will also reinforce your speaking and listening skills. Learning to read and identify individual words will come with the other excercises in the book. This section is intended strictly to teach you how to recognize and properly pronounce consonants, consonant clusters, vowels, and tones.

In each chapter we will introduce more consonants, and more vowels. The 6 tone markers will be introduced in the first chapter, however we will only practice speaking 3 of them. The other 3 will practiced in chapter 2, and after that all exercises will contain a combination of all the tones.

In order to make learning the alphabet a little easier, we will start by introducing simple vowels, and consonants that are the same or similar to their counterparts in English. Complex vowels and vowels that don't have analogues in English, along with more difficult consonant clusters will be introduced as we go along.

Phụ âm - Consonants

In this chapter we will introduce seven consonants and one consonant cluster, for a total of seven sounds.

b	like the *b* in *beef*
đ	like the *d* in *do*
h	like the *h* in *hat*
l	like the *l* in *lemon*
m	like the *m* in *make*
n	like the *n* in *never*
g and gh*	like the *g* in *get*

* *g* and *gh* create the same sound in Vietnamese, however *gh* only precedes the vowels *i, e* and *ê*. In all other cases *g* will be used. It should be noted, however that *gi* creates a different sound altogether. We will learn about this in the next chapter

Nguyên âm - Vowels

   Vietnamese has long and short vowels, and of course simple and complex vowels. In this chapter we will learn seven long, simple vowels.

| a | like the *a* in *f<u>a</u>ther (north)* |
| | like the *a* in *<u>a</u>ttitude (south)* |

| e | like the *e* in *<u>e</u>gg* |

| ê | like the *a* in *<u>a</u>te* |

| i* | like the *ee* in *p<u>ee</u>k* |

| o | like the *aw* in *fl<u>aw</u>* |

| ô | like the *o* in *n<u>o</u>* |

| u | like the *oo* in *l<u>oo</u>se* |

* *i* often appears as "*y*" when it comes in the final position, e.g. "*mỹ*", "*ly*", etc.

Thanh điệu - Tones

There are either 5 or 6 tones in Vietnamese, depending on whether it is the southern or northern dialect which is being spoken. In chapter one, we will focus on three of them. The letter "A" will be used to show where the placement of the tone marker is. Notice there is no tone marker for the first tone, "*ngang*". Next will follow the name of the tone, which also shows an example of the tone marker being used, and then a written description of it's tonal qualities. The best method for learning the tones, though, is to listen to the exercises for this unit on the CD companions, or to have a Vietnamese teacher coach you on them. Try to mimic the sound and pitch of the examples you hear as exactly as possible.

a	*ngang*	The tone "*ngang*" begins at mid-pitch tone, and remains flat while the tone is held.
á	*sắc*	The tone "*sắc*" begins at a higher pitch and rises sharply.
à	*huyền*	The tone "*huyền*" begins at a low pitch and falls slightly.

Pronunciation Exercise

Listen to your Vietnamese instructor and repeat.

1. ba bá bà
2. đa đá đà
3. ha há hà
4. la lá là
5. ma má mà
6. na ná nà
7. ga gá gà
8. be bé bè
9. đe đé đè
10. he hé hè
11. le lé lè
12. me mé mè
13. ne né nè
14. ghe ghé ghè
15. bê bế bề
16. đê dế dề
17. hê hế hề
18. lê lế lề
19. mê mế mề
20. nê nế nề
21. ghê ghế ghề
22. bi bí bì
23. đi đí đì
24. hy hý hỳ
25. ly lý lỳ
26. my mý mỳ
27. ni ní nì
28. ghi ghí ghì
29. bo bó bò
30. đo đó đò
31. ho hó hò
32. lo ló lò
33. mo mó mò
34. no nó nò
35. go gó gò
36. bô bố bồ
37. đô đố đồ
28. hô hố hồ

29. lô lố lồ

30. mô mố mồ

31. nô nố nồ

32. gô gố gồ

33. bu bú bù

34. đu đú đù

35. hu hú hù

36. lu lú lù

37. mu mú mù

38. nu nú nù

39. gu gú gù

Listening Exercise

Write the syllables as you hear them in the blank spaces.

e.g. 1. __*mế*__

1. _____   2. _____

3. _____   4. _____

5. _____   6. _____

7. _____   8. _____

9. _____   10. _____

11. _____   12. _____

13. _____   14. _____

15. _____   16. _____

17. _____   18. _____

19. _____   20. _____

Lesson 2

More common nouns, prepositions, countries, nationalities, here/there, how much/how many, more pronouns.

Bài 2

Lesson 2

Từ vựng

Vocabulary

(*cái*) điện thoại	telephone
(*cái*) tivi	television
(*cái*) mắt kính	eyeglasses
tiền	money
(*tấm*) hình	picture, photograph
máy chụp hình	camera
(*cuốn*) từ điển	dictionary
(*cái*) chai	bottle
(*tờ*) giấy	(*sheet of*) paper
(*cái*) bàn	table
(*cái*) giường	bed
(*cái*) ghế	chair
phòng	room
phòng ngủ	bedroom
phòng tắm, phòng vệ sinh	bathroom
(*ngôi*) nhà	house
ở	to be somewhere
sống (*ở*)	to live (somewhere)
muốn	to want
trong	in

40

trên	on
dưới	under
giữa	between
và	and
với	with
người	person
người bán	seller
người Việt Nam, người Việt	Vietnamese
người Trung Quốc	Chinese
người Thái Lan	Thai
người Lào	Laotian
người Nhật	Japanese
người Hàn Quốc	Korean
người Mỹ	American
người Anh	Englishman
người Úc	Australian
đất nước	country
nước Việt Nam	Vietnam
nước Trung Quốc	China
nước Thái Lan	Thailand
nước Lào	Laos
nước Nhật	Japan
nước Hàn Quốc	(South) Korea
nước Mỹ	America

nước Anh	England
nước Úc	Australia
ngôn ngữ, tiếng	language
tiếng Việt	Vietnamese language
tiếng Anh	English language
ở đây	here
ở đó	there
ở kia	there (further away)
ở đâu	where
bên trái	left
bên phải	right
cái nào; nào	which one, which
bao nhiêu	how much, how many
mấy	how many
nó	it
đồng	dong, Vietnamese currency
đô la	dollar
rẻ	cheap, inexpensive
mắc, đắt	expensive
dễ	easy
khó	difficult
nhiều; lắm; nhiều lắm	very, many
quá	very, too (excessive)
họ	they, them

Ngữ pháp - Grammar

Before going much further in Vietnamese, you'll need to understand a little bit about classifiers. Classifiers are words used when counting and specifying nouns. Throughout this book you will find that in the vocabulary sections, most nouns will have an italicized word in parentheses before them, like this:

(*cái*) bàn   table

The word in parentheses, "(*cái*), is a classifier. Any time you count a noun, you must use the classifier before it. The structure is as follows:

number + *classifier* + noun

e.g. hai *cái* bàn = two tables
      một *cuốn* sách = one book

English also uses classifiers in many cases to count mass nouns, as in this phrase:

three *tubes* of toothpaste

The word "tube" is functioning as a classifier in this situation.

Classifiers are also necessary when specifying nouns. The structure is as follows:

classifier + noun + *này/đó/kia*

e.g. *cái* bàn *này* = this table
  hai *cuốn* sách *đó* = those two books

Classifiers are not necessary when the noun is a non-specific object. However, any time we use "này", "đó" (this, that) etc., we must also use the classifier.

e.g. tôi đọc báo = I read a newspaper
  tôi đọc *tờ* báo *này* = I read this newspaper

  tôi ngủ trên giường = I sleep on a bed
  tôi ngủ trên *cái* giường *đó* = I sleep on that bed

Another thing that should be noted about Vietnamese structure, is that when a "yes/no" question is asked in Vietnamese, usually the response is made by using the active *verb* or *adjective*. It's actually not very comon, or even correct, to answer questions simply by saying "vâng" or "dạ" (yes) or "không" (no).

John: Bạn *muốn* cái này không?

Do you want this?

Toàn: *Muốn!*

Yes, I do. (*Literally: "Want!"*)

Roger: Bạn *thích* sống ở Việt Nam không?

Do you like living in Vietnam?

Phiên: *Thích!*

Yes, I do. (*Literally: "Like!"*)

ở

"*ở*" has a few meanings. the first is "at", or "to be at" or "to be in".

e.g.   Hà Nội *ở* Việt Nam = Hà Nội is in Việt Nam
      có một tờ báo *ở* trên bàn =
                    there is a newspaper on the table

"*ở*" also means to live somewhere.

e.g.   tôi *ở* Việt Nam = I live in Việt Nam
      bạn *ở* đâu? = where do you live?

In order to indicate where you, or another person is at the current moment, we must use "*đang ở*".

e.g.   tôi *đang ở* nhà = I am at home
      bạn *đang ở* đâu? = where are you?

mấy

"*mấy*" is a question particle meaning "how many". It is usually used when asking about smaller, or more predictable amounts. It precedes it's object.

e.g.   có *mấy* người sống ở đây? =
                    how many people live here?

      có *mấy* cây viết ở trên bàn? =
                    how many pens are on the table?

bao nhiêu

"*bao nhiêu*" is also a question particle meaning "how many". It is usually used when asking about larger, or more unpredictable amounts. It also precedes it's object.

> e.g. Việt Nam có *bao nhiêu* người? =
> > how many people does Việt Nam have?

> cuốn từ điển này có *bao nhiêu* từ? =
> > how many words does this dictionary have?

"*bao nhiêu*" is also used like "how much", when asking about mass nouns.

> e.g. cái này *bao nhiêu* tiền? = how much is this?

> có *bao nhiêu* nước ở trong chai? =
> > how much water is in the bottle?

Pronouns

In this chapter we will begin learning how the speaker's sex and relative age to one another affect the use of pronouns. Vietnamese pronouns are actually titles, and as you will see, most of them are family terms. The following are some of the most commonly used pronouns in casual speech.

anh   "older brother". Used to address males who are the same age or a little bit older than the speaker. Used like "I" or "me" by male speakers of equal or slightly older age than the speakers.

chị   "older sister". Used to address females who are the same age or a little bit older than the speaker. Used like "I" or "me" by female speakers of equal or slightly older age than the listener.

em   "younger sibling". Used to address speakers who are younger than the speaker. Used like "I" or "me" by speakers younger than the listener. It should be noted that for men that addressing young women you do not know well as "*em*" can be considered rude, or fresh.

cô   "aunt". Used to address females who are significantly older than the speaker. Used like "I" or "me" by speakers significantly older than the listener. However, "*cô*" is often used in polite speech to address women the speaker is not familiar with.

họ   "they" or "them"

In Vietnamese, people usually only refer to each other without a pronoun or title when they are already acquainted with each other, or when speaking with somebody younger than themselves. People generally use the pronoun by itself, or together with the given name, "cô Phương", "anh Jack", etc. However, people would not usually say "em Tuấn", for example, because the speaker is older. When the speaker is not familiar with the person they are talking with, they will usually refer to themselves as "tôi".

ấy

"*ấy*" is used to create third person pronouns

e.g. anh *ấy* = "he" or "him"
cô *ấy* = "she" or "her"
chị *ấy* = "she" or "her"
em *ấy* = "he/she" or "him/her"

Hội Thoại 1 - Conversation 1

Đức: Tôi là người Việt Nam. Bạn là người nước nào?

I'm Vietnamese. Which nationality are you?

Sarah: Tôi là người Mỹ.

I'm American.

Đức: Bạn sống ở đâu?

Where do you live?

Sarah: Tôi sống ở Chicago. Còn bạn thì sao?

I live in Chicago. How about you?

Đức: Tôi sống ở Hà Nội.

I live in Hanoi.

Hội Thoại 2 - Conversation 2

John: Cái này bao nhiêu tiền?

How much is this one?

Người bán: Dạ, bốn mươi nghìn đồng.

Forty thousand dong.

John: Cái này mắc quá chị!

That's too expensive!

Còn cái đó thì sao? Nó bao nhiêu?

How about that one? How much is it?

Người bán: Hai mươi lăm nghìn đồng.

Twenty-five thousand Dong

John: Nó rẻ lắm. Tôi muốn cái đó.

That's very cheap. I want that one.

Người bán: Dạ, cảm ơn nhiều.

Thank you very much.

John: Không có chi.

You're welcome.

Note: In the question "bao nhiêu tiền?", the noun *tiền* (money) is
often omitted.

Câu Văn - Sentences

1. A: Điện thoại ở đâu?

    Where is the telephone?

    B: Điện thoại ở trên bàn.

    The telephone is on the table.

2. A: Mắt kính ở đâu?

    Where are the glasses?

    B: Mắt kính ở trên tivi.

    The glasses are on the television.

3. A: Cái ghế ở đâu?

    Where is the chair?

    B: Cái ghế ở dưới cái bàn.

    The chair is under the table.

    C: Cái ghế ở giữa cái giường và cái bàn.

    The chair is between the bed and the table.

4. A: Cái gì ở trên bàn?

    What is on the table?

    B: Có hai tờ giấy ở trên bàn.

    There are two sheets of paper on the table.

    C: Cuốn từ điển ở trên bàn.

    The dictionary is on the table.

5. A: Bạn đang ở đâu?

    Where are you?

    B: Tôi đang ở nhà.

    I'm at home.

6. A: Anh ấy đang ở đâu?

    Where is he?

    B: Anh ấy đang ở đây.

    He is here.

7. A: Phòng vệ sinh ở đâu?

    Where is the bathroom?

    B: Phòng vệ sinh ở bên trái.

    The bathroom is on the left.

    C: Phòng vệ sinh ở bên phải.

    The bathroom is on the right.

8. A: Cô ấy có cái gì?

    What does she have?

    B: Cô ấy có một tấm hình.

    She has a picture.

    C: Cô ấy có một máy chụp hình.

    She has a camera.

9. A: Bạn là người nước nào?

    What nationality are you?

    B: Tôi là người Mỹ.

I'm American.

10. A: Anh ấy là người nước nào?

What nationality is he?

B: Anh ấy là người Việt Nam.

He is Vietnamese.

11. A: Cô ấy là người nước nào?

What nationality is she?

B: Cô ấy là người Anh..

She is English.

12. A: Cô Anchana là người nước nào?

What nationality is Ms. Anchana?

B: Cô ấy là người Thái.

She is Thai.

13. A: Cái này bao nhiêu?

How much is this one?

B: Cái này năm mươi nghìn đồng.

This one is 50,000 dong.

14. A. Cái đó bao nhiêu?

How much is that one?

B. Cái đó bảy mươi lăm nghìn đồng.

That one is 75,000 dong.

15. A. Cái kia bao nhiêu?

How much is that one (over there)?

B. Cái đó tám đô la.

That one (over there) is 8 dollars.

16. A: Điện thoại ở trên bàn, phải không?

Is the phone on the table?

B: Phải. Nó ở trên bàn.

Yes. It is on the table.

C. Không. Nó không ở trên bàn.

No. It is not on the table

17. A: Họ là người Nhật hay là người Hàn Quốc?

Are they Japanese or Korean?

B: Họ là người Hàn Quốc.

They are Korean.

18. A: Bạn là người Việt Nam, phải không?.

You are Vietnamese, aren't you?.

B: Phải. Tôi là người Việt Nam.

Yes, I am Vietnamese.

C: Không phải. Tôi là người Lào.

No. I'm Laotian.

19. A: Tiếng Việt khó không?

Is Vietnamese difficult?

B: Khó.

Yes.

    C: Không. Tiếng Việt không khó.

       No. Vietnamese is not difficult.

20. A: Tiếng Việt (thì) dễ.

      Vietnamese is easy.

    B: Tiếng Việt (thì) không dễ.

      Vietnamese is not easy.

    C. Tiếng Anh (thì) khó.

      English is difficult.

    D. Tiếng Anh (thì) không khó.

      English is not difficult.

21. A: Cái này (thì) mắc quá.

      This one is too expensive.

    B: Cái này (thì) không mắc.

      This one is not expensive.

Note: the verb *thì* (to be) is usually omitted in these cases.

Exercises

1. Practice saying the following numbers in Vietnamese.

1. 1000	2. 25,000
3. 47,000	4. 100,000
5. 38,500	6. 420,000
7. 1,000,000	8. 2,650,000

2. Write out the following numbers using the Vietnamese script.

Example:

150   *một trăm năm mươi*

2500	_____
547	_____
8900	_____
85,000	_____
400,000	_____
9540	_____
7,000,000	_____
3,640,000	_____
55,000	_____

3.   Respond to the following questions and statements in Vietnamese. Practice speaking and writing.

1.   Bạn là người nước nào?

_____

2.   Bạn sống ở đâu?

_____

3.   Tiếng Việt có khó không?

_____

4.   Bạn là người Nhật, phải không?

_____

4.   Write the question that should precede these answers.

1.   _____

    Cái này một triệu đồng.

2.   _____

    Anh ấy sống ở Hàn Quốc.

3.   _____

    Cuốn từ điển ở trên bàn.

Test 2

Match the English vocabulary with the Vietnamese vocabulary

_____	1.	language	a. tiền
_____	2.	dictionary	b. dễ
_____	3.	under	c. nước Mỹ
_____	4.	expensive	d. dưới
_____	5.	easy	e. cái ghế
_____	6.	Korean person	f. trong
_____	7.	bedroom	g. cuốn từ điển
_____	8.	telephone	h. trên
_____	9.	between	i. cái giường
_____	10.	left	j. người Hàn Quốc
_____	11.	money	k. ngôn ngữ
_____	12.	America	l. mắc
_____	13.	in	m. giữa
_____	14.	chair	n. khó
_____	15.	on	o. bên trái
			p. điện thoại
			q. cái bàn
			r. phòng ngủ

Translation Test: Write and say the following sentences in Vietnamese.
Repeat them several times to practice pronunciation.

What nationality are you?

_____

I am American.

_____

The dictionary is in the room.

_____

How much is this one?

_____

That one is quite expensive.

_____

I have a telephone.

_____

The dictionary is under the bed.

_____

The book is between the paper and the camera.

_____

Where is the television?

_____

Phụ âm - Consonants

In this chapter we will introduce five consonants and four consonant clusters, for a total of seven sounds.

r	like the *z* in *zoo (north)* like the *r* in *right (south)*
x	like the *s* in *sell*
c and k*	an unvoiced, unaspirated sound somewhere between a *k* and a *g* sound.
d and gi*	like the *z* in *zoo (north)* like the *y* in *yes (south)*
th	like the *t* in *teach*
ch	like the *ch* in *choose*
kh	like the *k* in *kitchen*

* *c* and *k* create the same sound in Vietnamese, however *k* only precedes the vowels *i, e, ê* and *y*. In all other cases *c* will be used.

* The consonant *g* only takes this sound when preceding the vowel *i* .

Nguyên âm - Vowels

Vietnamese has long and short vowels, and of course simple and complex vowels. In this chapter we will learn seven long, simple vowels.

ơ	like the *o* in <u>o</u>ther
ư*	similar to the *ur* in *f<u>ur</u>*
ă**	same as the vowel *a* in Vietnamese, but shorter
â**	same as the vowel *ơ* in Vietnamese, but shorter
iê**	like the *ea* in *d<u>ea</u>n*
ia	like the *ia* in *t<u>ia</u>ra*

* the only consonants *ư* can be followed by are *c, t* and *-ng*.

** *ă, â,* and *iê* are never used without a final consonant.

Thanh điệu - Tones

In this chapter we will learn the other three tones.

ạ	***nặng***	The tone "*nặng*" begins at a very low tone, and then drops sharply at the end.
ả	***hỏi***	The tone "*hỏi*" begins at a mid pitch, drops to a lower pitch, and the rises to a higher pitch, similiar to yes/no questions in English.
ã	***ngã****	The tone "*ngã*" begins at about the same pitch as *hỏi*, and then also drops, but has a glottal stop, or "break" in the sound, and then rises to a much higher pitch.

* In southern Vietnam, *ngã* is prounced the same as *hỏi*. The southern Vietnamese dialect, therefore, only has 5 tones. This does not, however, change spelling. Words that are written using *dầu ngã* in the north, are spelled the same way in the south. It does, however, lead to some common spelling mistakes.

Pronunciation Exercise

Listen to your Vietnamese instructor and repeat.

1. rợ rở rỡ
2. rự rử rữ
3. rạo rảo rão
4. rịa rỉa rĩa
5. rặn rẳn rẵn
6. rận rẩn rẫn
7. riện riển riễn
8. xợ xở xỡ
9. xự xử xữ
10. xạo xảo xão
11. xịa xỉa xĩa
12. xặn xẳn xẵn
13. xận xẩn xẫn
14. xiện xiển xiễn
15. cợ cở cỡ
16. cự cử cữ
17. cạo cảo cão
18. kịa kỉa kĩa
19. cặn cẳn cẵn
20. cận cẩn cẫn
21. kiện kiển kiễn
22. dợ dở dỡ
23. dự dử dữ
24. dạo dảo dão
25. dịa dỉa dĩa
26. dặn dẳn dẵn
27. dận dẩn dẫn
28. diện diển diễn
29. giợ giở giỡ
30. giự giử giữ
31. giạo giảo gião
32. giạ giả giã
33. giặn giẳn giẵn
34. giận giẩn giẫn
35. giện giển giễn
36. thợ thở thỡ

37. thự thử thữ

38. thạo thảo thão

39. thịa thỉa thĩa

40. thặn thắn thẵn

41. thận thẩn thẫn

42. thiện thiển thiễn

43. chợ chở chỡ

44. chự chử chữ

45. chạo chảo chão

46. chịa chỉa chĩa

47. chặn chẳn chẵn

48. chận chẩn chẫn

49. chiện chiển chiễn

50. khợ khở khỡ

51. khự khử khữ

52. khạo khảo khão

53. khịa khỉa khĩa

54. khặn khẳn khẵn

55. khận khẩn khẫn

56. khiện khiển khiễn

Listening Exercise

Write the syllables your instructor reads to you.

e.g. 1. ___*thẩn*___

1. _____

2. _____

3. _____

4. _____

5. _____

6. _____

7. _____

8. _____

9. _____

10. _____

11. _____

12. _____

Lesson 3

Places, action verbs, transport, continuous tense, basic food and drink.

Lesson 3

Bài 3 *Lesson 3*

Từ vựng *Vocabulary*

chợ, thị trương	market
máy bay	airplane
sân bay	airport
trường học	school
trường đại học	university
lớp học	class
thư viện	library
nhà hàng, quán ăn, tiệm ăn	restaurant
quán cà phê	café, coffee shop
cửa hàng	store, shop
trạm xăng	gas station
nhà sách	book store
bệnh viện	hospital
phòng khám răng	dentist's office
bưu điện	post office
ngân hàng	bank
(tòa) đại sứ	embassy
xe lửa, tàu hỏa	train
ga xe lửa, ga tàu hỏa	train station
bến xe	bus station

(*chiếc*) xe buýt	bus
(*chiếc*) xe đạp	bicycle
(*chiếc*) ô tô, (*chiếc*) xe hơi	car, automobile
xe gắn máy, xe Honda	motorcycle
bằng	by
đi	to go
đến	to come
làm	to do
làm việc	to work
đi làm	to go to work
cơm	cooked rice
nấu ăn	to cook
ăn, ăn cơm	to eat
uống	to drink
được	can, okay
có thể	to be able to
một ít	a little, a little bit
học	to learn, to study
đi học	to go to school
biết	to know, to know how
dạy	to teach
nói	to speak, to talk, to say
nói chuyện qua điện thoại	to talk on the telephone

đọc	to read
viết	to write
chơi	to play
xem	to watch
thích	to like
đang + (verb)	(verb) + "ing"
(bộ) phim	movie, film
rạp chiếu phim	cinema, movie theatre
nhà hát	theatre, opera house
nước	water, fluid, liquid
nước uống	drinking water
nước suối	mineral water
cam vắt, cam ép	orange juice
cà phê	coffee
sữa	milk
trà	tea
trà đá	iced tea
cà phê sữa đá	iced coffee with milk
bia	beer
rượu	alcohol
rượu vang	wine
rượu mạnh	whiskey

70

phở	a type of rice noodle soup, very popular in Vietnam
bún	vermicelli noodles
mì	yellow noodles
hủ tíu	rice noodles

Ngữ pháp - Grammar

có thể and *được*

"được" has several meanings and uses, in this chapter we will cover two of them. The first is used with the verb *"có thể"* or *"thể"* to show ability to perform an action, similar to "can" or "to be able to" in English. *"có thể"* and *"thể"* are usually omitted The structure is as follows:

> subject + (*có thể*) verb + object + *được*
> or   subject + (*có thể*) verb + *được* + object

> e.g. tôi (*có thể*) nói tiếng Việt Nam *được* =
>   I can speak Vietnamese

> anh ấy (*thể*) lái *được* xe gắn máy =
>   he can ride a motorbike

Negative statements also take two different forms.

> subject + *không (có thể/thể)*+ verb + *được* + object
> or   subject + verb + object + *không được*

> e.g. tôi *không* (*thể*) nói *được* tiếng Việt Nam =
>   I can't speak Vietnamese

> anh ấy lái xe gắn máy *không được* =
>   he can't ride a motorbike

In this funtion, *"được"* can also be translated to mean "to be okay".

e.g. Q: tôi ăn cái này được không? =

is it okay if I eat this?

A: được = yes, that's okay
A: không được = no, that's not okay

"*được*" is also used to show whether or not we have permission, or are allowed to do something. It is often used with the word "*phép*". In this case, the structure is like this:

subject + (*không*) ***được*** (*phép)* + verb + object

e.g. tôi *được (phép)* uống bia =

I'm allowed to drink beer

anh ấy *không được (phép)* lái xe gắn máy =

he's not allowed to ride a motorbike

biết

The word "*biết*", or "to know", in Vietnamese, also functions like "*được*" to show ability to perform an action. Roughly translated it means "to know how to" or "to be able to". It follows this structure:

subject + (*không*) ***biết*** + verb + object

e.g. tôi *biết* nói tiếng Việt Nam =

I know how to speak Vietnamese

anh ấy *không biết* lái xe gắn máy =

he doesn't know how to ride a motorbike

bạn *biết* nấu ăn không? =
>   do you know how to cook?

It is more common to use "*biết*" in this situation in informal speech than to use "*được*".

Although verbs do not change form to show tense in Vietnamese, there are ways to indicate past, future, and continous tense. In this chapter we're just going to look at continuous tense.

đang and *vậy*

"*đang*" is an adverb which is used before verbs to express actions which are currently in progress.

  e.g. tôi đang học = I'm studying
      tôi đang đọc báo = I'm reading a newspaper
      tôi đang ăn cơm = I'm eating rice

When the context is clear, "*đang*" is usually omitted in informal speech.

In questions the final particle "*vậy*" is added

  e.g. bạn đang làm gì vậy? = what are you doing?

In informal speech, "*đang*" is often omitted in questions.

  e.g. bạn xem phim gì vậy? =
>   what film are you watching?

Hội Thoại 1 - Conversation 1

Tuyết: Anh Mark có thể nói được tiếng Việt không?

   Can you speak Vietnamese, Mark?

Mark: Tôi có thể nói được một ít.

   I can speak a little.

Tuyết: Anh học tiếng Việt ở đâu?

   Where do you study Vietnamese?

Mark: Ở Sài Gòn. Tôi học tiếng Việt ở một trường đại học.

   In Saigon. I study Vietnamese at the university.

Tuyết: Anh nói tiếng Việt giỏi lắm!

   You speak Vietnamese very well!

Mark: Cám ơn cô!

   Thank you!

Tuyết: Không có chi. Rất vui được nói chuyện với anh.

   You're welcome. It was very nice talking with you.

Hội Thoại 2 - Conversation 2

Phát: Xin chào chị Hương. Chị đang làm gì vậy?

Hello Hương. What are you doing?

Hương: Xin chào Phát. Chị đang đọc sách.

Hi Phát. I'm reading a book.

Phát: Chị muốn đi xem phim với em không?

Do you want to go watch a movie with me?

Hương: Không. Chị không muốn đi xem phim. Chị muốn

đi ăn cơm.

No, I don't want to go watch a movie. I want to go

eat.

Phát: Chị muốn ăn gì?

What do you want to eat?

Hương: Chị muốn ăn phở. Được không?

I want to eat phở. Is that okay?

Phát: Được.

Yes, that's okay.

Hội Thoại 3 - Conversation 3

Vũ: Khánh ơi! Em đang đi đâu vậy?

Khanh! Where are you going?

Khánh: Em đi uống cà phê.

I'm going to drink coffee.

Vũ: Em đi uống cà phê ở đâu?

Where are you going to drink coffee?

Khánh: Ở một quán cà phê. Còn anh thì sao? Anh đang đi
       đâu?

At the coffee shop. How about you? Where are you
going?

Vũ: Anh đang đi làm.

I'm going to work.

Khánh: Anh làm việc ở đâu?

Where do you work?

Vũ: Anh làm việc ở một bưu điện.

I work at a post office.

Câu Văn - Sentences

1.   A: Bạn đang làm gì vậy?

      What are you doing?

    B: Tôi đang học tiếng Việt.

      I'm studying Vietnamese.

    C: Tôi đang ăn cơm.

      I'm eating.

    D: Tôi đang nói chuyện trên điện thoại.

      I'm talking on the telephone.

    E: Tôi đang nấu ăn.

      I'm cooking.

2.   A: Bạn (đang) đi đâu?

      Where are you going?

    B: Tôi đi đến rạp chiếu phim.

      I'm going to the cinema.

    C: Tôi đi đến bến xe.

      I'm going to the bus station.

    D: Tôi đi uống bia.

      I'm going to drink beer.

    E: Tôi đi làm.

      I'm going to work.

F: Tôi đi đến ga Sài Gòn.

I'm going to the Saigon train station.

3. A: Cô ấy làm việc ở đâu?

Where does she work?

B: Cô ấy làm việc ở một thư viện.

She works at a library.

C: Cô ấy làm việc ở một trạm xăng.

She works at a gas station.

D: Cô ấy làm việc ở toà đại sứ Anh.

She works at the English embassy.

E. Cô ấy làm việc ở một ngân hàng.

She works at a bank.

4. A: Bạn đi làm bằng cái gì?

How do you go to work?

B: Tôi đi làm bằng xe buýt.

I go to work by bus.

C: Tôi đi làm bằng xe ô tô.

I go to work by car.

D: Tôi đi làm bằng xe gắn máy.

I go to work by motorcycle.

E: Tôi đi làm bằng xe đạp.

I go to work by bicycle.

5. A: Anh ấy đi Hà Nội bằng cái gì?

How is he going to Hanoi?

B: Anh ấy đi Hà Nội bằng xe lửa.

He's going to Hanoi by train.

C: Anh ấy đi Hà Nội bằng máy bay.

He's going to Hanoi by plane.

6. A: Bạn biết viết tiếng Nhật không?

Do you know how to write Japanese?

B: (Tôi) biết.

Yes, I know how.

C: (Tôi) không biết.

No, I don't know how.

7. A: Bạn đọc tiếng Anh được không?

Can you read English?

B: Được.

Yes, I can.

C: Không được.

No, I can't.

8. A: Bạn muốn uống gì?

What do you want to drink?

B: Tôi muốn uống nước.

I want to drink water.

C: Tôi muốn uống trà đá.

I want to drink iced tea.

D: Tôi muốn uống rượu mạnh.

I want to drink whiskey.

9.   A: Bạn thích uống cam vắt không?

Do you like to drink orange juice?

B: Thích.

I like it.

C: Thích lắm.

I like it very much.

D: Không (thích).

I don't like it.

Exercises

1. Write and say the following sentences in English. Repeat the
Vietnamese phrases several times to practice pronunciation.

Tôi đang nói chuyện qua điện thoại.

_____

Trạm xăng ở đâu vậy?

_____

Cô ấy biết nói tiếng Việt không?

_____

Tôi làm việc ở sân bay.

_____

Anh ấy không thích học tiếng Anh.

_____

Bạn đi đâu vậy?

_____

Họ đi ăn phở.

_____

Anh ấy không muốn uống trà đá.

_____

Tôi đi Sải Gòn bằng xe lửa.

_____

2.   Respond to the following questions and statements in Vietnamese. Practice speaking and writing.

1.   Bạn biết nói tiếng Việt không?

_____

2.   Bạn thích uống cà phê không?

_____

3.   Bạn đang làm gì vậy?

_____

4.   Cuốn sách ở trong thư viện, phải không?

_____

3.   Write the question that should precede these answers.

1.   _____

Tôi đi làm bằng xe buýt.

2.   _____

Cô ấy làm việc ở một ngân hàng.

3.   _____

Tôi đi đến ga xe lửa.

Test 3

Match the English vocabulary with the Vietnamese vocabulary

_____	1.	bicycle	a. trường đại học
_____	2.	to speak	b. xe buýt
_____	3.	bus station	c. ăn
_____	4.	university	d. ngân hàng
_____	5.	to learn	e. xe đạp
_____	6.	water	f. bến xe
_____	7.	train	g. xe ô tô
_____	8.	library	h. học
_____	9.	to eat	i. quán cà phê
_____	10.	to write	j. xe lửa
_____	11.	coffee shop	k. đọc
_____	12.	to read	l. xem
_____	13.	bus	m. thư viện
_____	14.	bank	n. khó
_____	15.	to like	o. nói
			p. nước
			q. thích
			r. viết

84

Translation Test: Write and say the following sentences in Vietnamese.
Repeat them several times to practice pronunciation.

I go to work by bus.

_____

Where is the bus station?

_____

I want to eat.

_____

Do you want to drink coffee?

_____

He works at a library.

_____

They study English at a university.

_____

I am watching a movie.

_____

Can you speak Vietnamese?

_____

What are they doing?

_____

Phụ âm - Consonants

In this chapter we're just going to concentrate on final consonant sounds. The number of final consonants is limited. In some cases the consonant can be changed by the vowel that is used, or just the opposite, the vowel can be altered by what final consonant is used.

-m	like the *m* in *them*
-n	like the *n* in *when*
-p*	like the *p* in *cap,* but unaspirated
-t*	similiar to the *t* in *set* but unaspirated
-c*	like the *ck* in *pack,* but unaspirated. When following *ô, o* and *u* the lips come together, like with *-p*
-ng	like the *ng* in *sing.* When following *ô, o* and *u* the lips come together, like with *-m*

-ch*	like the *ck* in sti<u>ck</u> *(north)* like –*t*, as above, but the vowel is altered *(south)*
-nh	like –*ng*, as above *(north)* like -*n*, as above, but the vowel is altered *(south)*

* The final consonants -*c,- p,- t,* and the cluster –*ch* are only found in words using the tones *sắc* and *nặng*. The other four tones are never used in words containing these final consonants.

Pronunciation Exercises

Listen to your instructor and repeat the following syllables containing the final consonants -*m,-n,- p* and -*t.*

1. cơm thơm bơm
2. kím xím lím
3. thầm rầm lầm
4. xẹm kẹm đẹm
5. hỏm khỏm giỏm
6. mũm hũm chũm
7. liên biên chiên
8. khắn rắn nắn
9. rần cần thần
10. hộn rộn chộn
11. xản thản giản
12. mãn lãn thãn
13. mấp thấp lấp
14. xẹp kẹp đẹp
15. bứt lứt mứt
16. chệt đệt mệt

Listen to your instructor and repeat the following syllables containing the final consonant *c*. Pay close attention to the difference in sound after *ô, o* and *u*.

1. chiếc chiệc	**2. thác thạc**
3. khếc khệc	**4. bắc bặc**
5. rắc rậc	**6. đốc độc**
7. cóc cọc	**8. múc mục**

Listent to your instructor and repeat the following syllables containing the final consonant cluster -*ng*. Pay close attention to the difference in sound after *ô, o* and *u*.

1. hạng tháng bàng	**2. miếng xiêng kiểng**
3. gưng lứng khửng	**4. hằng nắng thẳng**
5. mẫn rận thẫn	**6. không đồng xông**
7. đúng chung bụng	**8. long nóng bòng**

Listen to your instructor and repeat the following syllables containing the final consonant clusters –*ch* and –nh. Note that they are only found following the vowels *a* and *i*.

1. thích bích xích	**2. lịch khích địch**
3. linh hình thỉnh	**4. chính xĩnh định**
5. anh chảnh mạnh	**6. lạnh khánh thanh**

Listening Exercise

Write the syllables your instructor reads to you.

e.g. **1.** ___*đồng*___

1. _____   **2.** _____

3. _____   **4.** _____

5. _____   **6.** _____

7. _____   **8.** _____

9. _____   **10.** _____

11. _____   **12.** _____

13. _____   **14.** _____

15. _____   **16.** _____

17. _____   **18.** _____

19. _____   **20.** _____

Lesson 4

Time, when?, yesterday/today/tomorrow, daily habits, future tense.

Bài 4

Lesson 4

Từ vựng

Vocabulary

tiếng đồng hồ, tiếng	hour
phút	minute
giây	second
đúng	exactly, correct
rưỡi	half
gần	almost, close, near
rồi	already
sẽ	will, future tense
khoảng	about, around
nữa	more
trong năm phút nữa	in five more minutes
sớm	early, soon
trễ	late
trước khi	before
sau khi	after
lúc	at
khi nào?	when? (a question particle)
khi	when
giờ	time (hour of the day)
mấy giờ?	what time?

mấy giờ rồi?	what time is it?
lúc mấy giờ?	at what time?
bây giờ, lúc này	now
buổi sáng	morning
buổi trưa	noon
buổi chiều	afternoon
buổi tối	night
ban khuya	midnight
từ	from
đến	to arrive, to come
cho đến	until
khởi hành	to depart
chờ, đợi	to wait
đón	to pick someone up
thường	usually
về	to return, to go home
mời	to invite
buổi tiệc	party
đi dự tiệc	to go to a party
thế hả?	oh really?
(ngày) hôm nay	today
(ngày) hôm qua	yesterday
(ngày) mai	tomorrow

ăn sáng	to eat breakfast
ăn trưa	to eat lunch
ăn tối	to eat dinner
ăn khuya	to eat late at night
công ty	company
khách sạn	hotel
văn phòng	office
phải; cần; cần phải	must, have to, need
thức dậy	to get up
tỉnh dậy	to wake up
đi tắm	to bathe, to take a shower
tập thể dục	to exercise
ngủ	to sleep
đi ngủ	to go to sleep
nghỉ trưa; ngủ trưa	to take a midday nap
đi nghỉ; nghỉ ngơi	to take a break, to rest

Giờ   *Time*

a.m.	12:00	mười hai giờ khuya
	1:00	một giờ sáng
	2:00	hai giờ sáng
	3:00	ba giờ sáng
	4:00	bốn giờ sáng
	5:00	năm giờ sáng
	6:00	sáu giờ sáng
	7:00	bảy giờ sáng
	8:00	tám giờ sáng
	9:00	chín giờ sáng
	10:00	mười giờ sáng
	11:00	mười một giờ trưa

p.m.   12:00   mười hai giờ trưa

        1:00   một giờ chiều

        2:00   hai giờ chiều

        3:00   ba giờ chiều

        4:00   bốn giờ chiều

        5:00   năm giờ chiều

        6:00   sáu giờ tối

        7:00   bảy giờ tối

        8:00   tám giờ tối

        9:00   chín giờ tối

     10:00   mười giờ tối

     11:00   mười một giờ tối

Ngữ pháp - Grammar

khi nào and *bao giờ*

"*khi nào*" and "*bao giờ*" are question particles which are used to ask the question "when?". However, its position changes depending on whether we are asking about future or past events.

When asking about future events the structure is like this:

khi nào/bao giờ + subject + verb + object

e.g. *khi nào* bạn đi Đà Lạt? =
>> when will you go to Đà Lạt?

>> *bao giờ* cô ấy về nhà? = when will she go home?

And when asking about past events and for general questions, the structure is like this:

subject + verb + object + ***khi nào/bao giờ***

e.g. bạn đi Đà Lạt *khi nào*? =
>> when did you go to Đà Lạt?

>> cô ấy về nhà *bao giờ*? = when did she go home?

>> bạn thường đi chợ *khi nào* =
>> when do you usually go to the market?

mấy giờ

"*mấy giờ*" is used to ask about specific times. Firstly, to ask about the current time.

e.g. mấy giờ rồi? = what time is it?

It is also used like a question particle. As with "*khi nào*" and "*bao giờ*", it's position changes depending on whether or not you're asking about future and past or general events.

e.g. mấy giờ bạn đi làm? =
what time will you go to work?

cô ấy đến đây mấy giờ? =
what time did she arrive here?

bạn thường thức dậy mấy giờ? =
what time do you usually wake up?

The word "*lúc*" is similar to the word "at" in English when specifying time.

e.g. lúc mấy giờ = at what time?
lúc tám giờ mười lăm phút = at eight fifteen
lúc sáu giờ sáng = at six o'clock in the morning

However, when using "*lúc mấy giờ*" as a question particle, the position usually stays at the end of the sentence. It does not change position to indicate past or future action.

e.g. bạn đi làm lúc mấy giờ? =
at what time do/will you go to work?

cô ấy đến đây lúc mấy giờ? =
> at what time did/will she arrive here?

bạn thường thức dậy lúc mấy giờ? =
> at what time do you usually wake up?

sẽ + **verb**

The word "*sẽ*" is used when talking about future events.

e.g. tôi sẽ đi làm = I will go to work
anh ấy sẽ đến Hà Nội lúc sáu giờ =
> He will arrive in Hà Nội at six o'clock

tôi sẽ đi đón anh ấy = I will go pick him up

However, in informal speech "*sẽ*" is usually dropped when it is not necessary in order to understand that the speaker is talking about a future event.

e.g. ngày mai tôi đi làm = I'm going to work tomorrow

Pronouns

In this chapter we will learn some different ways to say "we" and "us" in Vietnamese.

tụi mình

Used in informal situations with people whom the speaker is familiar or intimate with, e.g. family members or close friends. It can be used when the listener is or is not included in the statement.

chúng ta

Used in formal situations, or when the speakers are not close with one another. It is only used when the listener is included in the statement.

e.g.   A: Bạn đi xem phim với tôi được không?
            Can you go see a movie with me?

            B: Được. Khi nào *chúng ta* đi?
            Yes, I can. When will we go?

            A: *Chúng ta* đi bảy giờ.
            We'll go at seven o'clock.

chúng tôi

Used in formal situations, or when the speakers are not close with one another. It is only used when the listener is not included in the statement.

e.g.   A: Ngày mai bạn làm gì?

What are you doing tomorrow?

B: Tôi đi chơi với một người bạn. *Chúng tôi* đi xem phim.

I'm going out with a friend. We're going to see a movie.

A: Thế hả? Đi lúc mấy giờ bạn?

Really? What time are you going?

B: *Chúng tôi* đi bảy giờ. Bạn muốn đi với *chúng tôi* hả?

We're going at seven o'clock. Do you want to come with us?

Hội Thoại 1 - Conversation 1

Thiện: Chào Trinh, em đang làm gì vậy?

Hello Trinh, what are you doing?

Trinh: Ô, chào anh Thiện! Em không có làm gì.

Oh, hello Thiện! I'm not doing anything.

Thiện: Thật sao? Anh muốn mời em đi dự tiệc với anh.

Really? I want to invite you to a party.

Trinh: Thế à? Khi nào tụi mình đi?

Really? When are we going?

Thiện: Ngày mai.

Tomorrow.

Trinh: Lúc mấy giờ?

At what time?

Thiện: Khoảng tám giờ tối tụi mình đi.

We'll go around 8 o'clock.

Trinh: Những em phải làm việc đến chín giờ rưỡi!

But I have to work until 9:30!

Thiện: Không thành vấn đề! Anh sẽ chờ em.

No problem! I'll wait for you.

Hội Thoại 2 - Conversation 2

Phụng: Alô?

Hello?

Cường: Chào cô Phụng, Cường đây. Ngày mai

cô đi Nha Trang phải không?

Hello Phụng, this is Cường. You're coming to Nha

Trang tomorrow, aren't you?

Phụng: Dạ, phải. Xe lửa khởi hành lúc sáu giờ rưỡi.

Yes. The train leaves at six-thirty.

Cường: Cô đến Nha Trang lúc mấy giờ?

What time do you arrive in Nha Trang?

Phụng: Tôi đến lúc ba giờ chiều.

I arrive at three in the afternoon.

Cường: Tôi có thể đến đón cô được không?

Can I come pick you up?

Phụng: Dạ được. Cám ơn nhiều! Mai gặp lại anh.

Yes. Thank you very much! See you tomorrow.

Cường: Mai gặp lại cô.

See you tomorrow.

Hội Thoại 3 - Conversation 3

Linh: Anh Mẫn ơi! Hôm nay anh có làm gì không?

          Mẫn! Are you doing anything today?

Mẫn: Anh đi làm. Anh đến công ty lúc tám giờ.

          I'm going to work. I arrive at work at 8:00.

Linh: Anh nghỉ trưa lúc mấy giờ?

          At what time do you take your lunch break?

Mẫn: Lúc mười hai giờ trưa. Em muốn ăn trưa với anh
          không?

          At 12:00 Noon. Do you want to eat lunch with me?

Linh: Dạ muốn! Vậy em gặp anh ở đâu?

          Yes, I do. So where will I meet you?

Mẫn: Ở khách sạn Sheraton.

          At the Sheraton hotel.

Linh: Rồi. Em sẽ gặp anh lúc mười hai giờ trưa.

          Okay. I'll meet you at 12:00 Noon.

Câu Văn - Sentences

1. A: Bây giờ là mấy giờ?

   What time is it now?

   B: Mấy giờ rồi?

   What time is it?

2. A: Bây giờ là tám giờ sáng.

   It is 8 am now.

   B: Bây giờ là mười hai giờ trưa.

   It is 12 Noon now.

   C: Bốn giờ chiều (rồi).

   It is 4 pm.

   D: Bảy giờ tối (rồi).

   It is 7 pm.

   E: Mười một giờ đêm.

   It is 11 pm.

   F: Mười hai giờ khuya.

   It is 12 Midnight.

   G. Gần bảy giờ.

   Almost 7:00.

   H. Sau tám giờ một chút.

   A little after 8:00.

3.   A: Bạn đi làm lúc mấy giờ?

What time do you go to work?

B: Tôi đi làm lúc bảy giờ rưỡi.

I go to work at 7:30.

C: Bạn về nhà lúc mấy giờ?

What time do you go home?

D: Tôi về nhà lúc sáu giờ.

I go home at 6 o'clock.

4.   A: Bạn thường đi ngủ lúc mấy giờ?

What time do you usually go to sleep?

B: Tôi thường đi ngủ lúc mười giờ tối.

I usually go to sleep at 10:00 pm.

C. Tôi thường đi ngủ khoảng mười hai giờ khuya.

I usually go to sleep around midnight.

D: Tôi thường đi ngủ trễ.

I usually go to sleep late.

E. Tôi thường đi ngủ sớm.

I usually go to sleep early.

5.   A: Tôi phải đến công ty trước tám giờ sáng.

I must arrive at my company before 8:00 am.

B: Xe buýt đến bến xe sau bảy giờ.

The bus arrives at the station after 7:00.

C: Bạn phải đến sân bay trước khi máy bay khởi hành hai tiếng.

You must arrive at the airport two hours before the plane departs.

D: Tôi sẽ gọi điện thoại cho bạn sau khi đến Hà Nội.

I will call you after I arrive in Hanoi.

6. A: Anh nghỉ trưa từ mười hai giờ đến một giờ rưỡi.

I take lunch break from 12:00 until 1:30.

B: Em sẽ chờ anh ấy cho đến sáu giờ.

I will wait for him until 6:00.

C: Cô ấy làm việc từ sáng đến tối.

She works from morning until night.

7. A: Bây giờ anh ấy sẽ đi đến khách sạn.

He will go to the hotel now.

B: Ngày mai anh ấy sẽ đi dự tiệc.

Tomorrow he will go to a party.

C: Hôm nay chị ấy đến văn phòng sớm lắm.

Today she went to the office very early.

8. A. Anh thường nghe nhạc khi nào?

When do you usually listen to music?

B. Tôi thường nghe nhạc khi đang học bài.

I usually listen to music when I study.

C. Tôi thường nghe nhạc trước khi đi ngủ.

I usually listen to music before I go to sleep.

9. A. Sau khi thức dậy cô ấy thường làm gì?

After she gets up, what does she usually do?

B. Cô ấy thường ăn sáng sau khi thức dậy.

She usually eats breakfast after she gets up.

C. Cô ấy thường tập thể dục sau khi thức dậy.

She usually exercises after she gets up.

10. A. Em thường làm gì trước khi đi ngủ?

What do you usually do before you go to sleep?

B. Em thường đi tắm trước khi đi ngủ.

I usually take a shower before I go to sleep.

C. Em thường xem tivi trước khi đi ngủ.

I usually watch TV before I go to sleep.

Exercices

1. Write and say the following sentences in English. Repeat the Vietnamese phrases several times to practice pronunciation.

Tôi sẽ đi ngủ sau mười lăm phút nữa.

_____

Hôm qua anh ấy đến công ty trễ.

_____

Anh phải chờ ở đây đến khi cô ấy đến.

_____

Bây giờ tôi phải đi.

_____

Anh ấy thường không ăn tối trước tám giờ.

_____

Sau khi ăn sáng tôi đi tắm.

_____

Chị không thích thức dậy sớm.

_____

Khi nào tụi mình sẽ đi dự tiệc?

_____

Xe lửa đến ga lúc mấy giờ?

_____

2.   Respond to the following questions and statements in Vietnamese. Practice speaking and writing.

1.   Bạn thường thức dậy lúc mấy giờ?

    _____

2.   Trước khi đi ngủ bạn thường làm gì?

    _____

3.   Sau khi bạn học tiếng Việt bạn sẽ làm gì?

    _____

4.   Bây giờ là mấy giờ?

    _____

3.   Write the question that should precede these answers.

1.   _____

    Tôi thường thức dậy trễ.

2.   _____

    Máy bay khởi hành lúc tám giờ hai mươi.

3.   _____

    Hôm nay anh ấy đến công ty sau chín giờ một chút.

Test 4

Match the English vocabulary with the Vietnamese vocabulary

_____	1.	company	a. hôm qua
_____	2.	early	b. khách sạn
_____	3.	to return	c. nghỉ trưa
_____	4.	yesterday	d. thức dậy
_____	5.	now	e. khởi hành
_____	6.	tomorrow	f. bây giờ
_____	7.	to wait	g. khoảng
_____	8.	to depart	h. công ty
_____	9.	after	i. buổi tiệc
_____	10.	at night	j. về
_____	11.	to wake up	k. chờ
_____	12.	hotel	l. ăn sáng
_____	13.	party	m. ngủ
_____	14.	sleep	n. sớm
_____	15.	around	o. buổi tối
			p. ngày mai
			q. sau khi
			r. nhanh

Translation Test: Write and say the following sentences in Vietnamese. Repeat them several times to practice pronunciation.

The plane arrives at the airport at 11:30 am.

_____

She works until 8:00 pm.

_____

I eat breakfast before I take a shower.

_____

He will go to Hanoi tomorrow.

_____

Yesterday I woke up early.

_____

Tomorrow night we will go to a party.

_____

She came home a little after 4:00 pm.

_____

I usually exercise in the afternoon.

_____

We eat dinner after we return home.

_____

Phụ âm - Consonants

In this chapter we will introduce four consonants and three consonant clusters, for a total of seven sounds.

q	like the *q* in *queen (north)* like the *wh* in *wheat (south)*
s	similar to the *s* in *sure*
t	an unvoiced, unaspirated sound somewhere between the typical *d* and a *t* sounds.
v*	like the *v* in *vine*
nh	like the *ny* in *canyon*
ph	like the *ph* in *phone*
tr	similar to the *tr* in *train*

* in some southern dialects *v* can sound like an English *y*, as in *yes*.

Nguyên âm - Vowels

In this lesson we will learn about several vowel sounds which may sound similar or difficult to distinguish from one another for English learners. While the difference between these vowels may seem slight to us, it is very noticeable to Vietnamese speakers. The main difference with complex vowels that end in *y* is that the sound is shorter than complex vowels ending in *i*.

ai	like *y* in *why*, but longer
ay	similar to the *i* in *flight*
ây	also similar to the *i* in *flight* but even shorter than *ay*
ui	like *ewy* in *chewy*
uy	like the word *we*
oi	a long combination of the Vietnamese sounds *o* and *i*
ôi	similar to the *oy* in *toy*

Note that all the vowel sounds introduced in this lesson are only used as final sounds in syllables. They are never followed by a final consonant.

Pronunciation Exercises

Listen to your instructor and repeat the following syllables containing the final vowel sounds *ai, ay,* and *ây.*

1. phải phai phãi
2. trai trại trái
3. vài vải vãi
4. sai sải sại
5. nhảy nhạy nháy
6. tảy tày táy
7. quay quáy quạy
8. trãy trảy tray
9. vậy vấy vầy
10. sầy sấy sẩy
11. nhẫy nhậy nhầy
12. quây quấy quẩy

Listen to your instructor and repeat the following syllables containing the final vowel sounds *ui* and *uy.*

1. núi nui nụi
2. mũi mùi mui
3. vui vúi vùi
4. sủi sụi sũi
5. thúy thủy thùy
6. xủi xùi xũi
7. quý quỷ quỳ
8. truỷ truỹ truỳ

Listen to your instructor and repeat the following syllables containing the final vowel sounds *oi* and *ôi.*

1. voi vòi vọi
2. soi sỏi sòi

3. troi trọi trõi   4. tỏi tọi toi

5. sối sồi sội   6. quôi quồi quổi

7. phồi phổi phỗi   8. tôi tối tội

Listening Exercise

Write the syllables as you hear them in the blank spaces.

e.g. 1. __*nói*__

1. _____   2. _____

3. _____   4. _____

5. _____   6. _____

7. _____   8. _____

9. _____   10. _____

11. _____   12. _____

13. _____   14. _____

15. _____   16. _____

17. _____   18. _____

19. _____   20. _____

Lesson 5

Days of the week, months, past tense, imperatives

Bài 5

Lesson 5

Từ vựng

Vocabulary

ngày	day
Chủ nhật	Sunday
thứ hai	Monday
thứ ba	Tuesday
thứ tư	Wednesday
thứ năm	Thursday
thứ sáu	Friday
thứ bảy	Saturday
ngày nghỉ	day off
ngày (nghỉ) lễ	holiday
tháng	month
tháng một	January
tháng hai	February
tháng ba	March
tháng tư	April
tháng năm	May
tháng sáu	June
tháng bảy	July
tháng tám	August
tháng chín	September

tháng mười	October
tháng mười một	November
tháng mười hai; tháng chạp	December
mỗi	every
hai ngày trước	two days ago
ba ngày trước	three days ago
hai ngày nữa; hai ngày sau	two days from now
ba ngày nữa; ba ngày sau	three days from now
mỗi ngày	every day
tuần	week
cuối tuần	weekend
tuần này	this week
tuần trước	last week
tuần sau, tuần tới	next week
mỗi tuần	every week
nữa	more
một tuần nữa	one more week
hai tuần nữa	two more weeks
một tuần sau	a week later
hai tuần sau	two weeks later
tuần trước	one week ago
ba tuần trước	three weeks ago
tuần rồi	last week

tháng này	this month
tháng sau	next month
tháng rồi	last month
mỗi tháng	every month
hai tháng nữa	two more months
ba tháng trước	three months ago
bốn tháng sau	four months later
năm	year
năm nay	this year
năm sau	next year
năm ngoái	last year
sáng nay	this morning
chiều nay	this afternoon
tối nay	tonight
sáng (hôm) qua	yesterday morning
chiều (hôm) qua	yesterday afternoon
tối (hôm) qua	last night
sáng (ngày) mai	tomorrow morning
chiều (ngày) mai	tomorrow afternoon
tối (ngày) mai	tomorrow night
mỗi (buổi) sáng	every morning
mỗi (buổi) chiều	every afternoon
mỗi (buổi) tối	every night

122

sáng thứ hai	Monday morning
chiều thứ tư	Wednesday afternoon
tối Chủ nhật	Sunday night
nhé; đi	polite particle used with invitations and suggestions
bạn gái	girlfriend
bạn trai	boyfriend
người yêu	boyfriend, girlfriend, lover
có thời gian	to have time
định, dự định	to plan
đi chơi	"go play", go out for fun, "hang out"
đã + verb	creates past tense
gặp nhau	to see each other, meet each other

Ngữ pháp - Grammar

đã + verb

The word "*đã*" is used when talking about past events.

> e.g. tôi *đã* đi làm = I went to work
> anh ấy *đã* học tiếng Anh =
>   he studied English

However, "*đã*" is rarely used when it is not necessary in order to understand that the event happened in the past.

> e.g. hôm qua tôi đi làm = yesterday I went to work
> tuần trước cô ấy đi Hội An =
>   last week she went to Hội An

rồi

As introduced in the vocabulary section of chapter four, "*rồi*" actually means "already". However, the word "*rồi*", by definition, indicates past events. It is therefore used much more commonly than the word "already" in English.

> e.g. tôi đi làm *rồi* = I went to work already
> anh ấy học tiếng Anh *rồi* =
>   he studied English already

"*rồi*" is used much more commonly than "*đã*", and the two are not commonly used in conjunction. "*rồi*" is often omitted when it is not necessary in order to understand that the event being spoken about occurred in the past but it is still grammatically correct, and common even, to use it in these situations.

e.g. sáng nay tôi đi tắm = this morning I took a shower

or

sáng nay tôi đi tắm *rồi* =

this morning I took a shower already

"*rồi*" is always used in the final position of a phrase.

"*rồi*" is also often used like the word "okay" to show understanding, or at the end of telephone conversations.

e.g.   A: Tôi sẽ gặp anh lúc tám giờ.

I will meet you at eight o'clock.

B: *Rồi.*

Okay.

nhé and *đi*

"*nhé*" and "*đi*" are polite final particles used when making imperative sentences, suggestions, and when urging people to do things.

"*đi*" is used with imperative sentences

e.g. thức dậy *đi*! = wake up!

đi ngủ *đi* = go to sleep!

"*nhé*" is used when urging people to do things with you or for you, or when making suggestions. It is "softer" than "*đi*", and more commonly used when speaking to an elder.

e.g. đi ăn phở với tôi *nhé* = go eat phở with me
mua cái này cho em *nhé* = buy this one for me
chờ tôi một phút đi = wait for me for a minute

"*nhé*" is also commonly used when thanking people.

e.g. cảm ơn *nhé*! = thank you!

While using "*đi*" and "*nhé*" might not technically be necessary, it should be remembered that making imperatives or suggestions without them may sound very rude and pushy, as if you are ordering people to do things rather than asking or suggesting.

nữa

"*nữa*" has several functions. In this chapter we'll learn about one of them.

"*nữa*", roughly translated means "more", or "another" when talking about quantities or amounts. It follows this form:

amount + noun + *nữa*

e.g. ba tháng *nữa* = three more months
một ly *nữa* = one more glass
OR
another glass

Hội Thoại 1 - Conversation 1

Đạt: Chị Thanh ơi! Chào chị!

         Hey Thanh! Hello!

Thanh: Ô! Đạt! Lâu rồi không được gặp em.

         Oh! Đạt! I haven't seen you in a long time.

Đạt: Chị đã đi Mỹ, đúng không?

         You went to America, right?

Thanh: Ừ, đúng rồi.

         Yes, that's right.

Đạt   Chị ở đó bao lâu vậy?

         How long were you there?

Thanh: Khoảng ba tháng. Tháng bảy chị đi.

         About three months. I went there in July.

Đạt: Chị đi làm ở Mỹ, phải không?

         You worked there, didn't you?

Thanh: Không phải, em. Chị có một người bạn sống ở
         Texas.

         No I didn't. I have a friend who lives in Texas.

Đạt: Chị đã về Việt Nam khi nào?

         When did you return to Vietnam?

Thanh: Chị về tối thứ sáu.

         I returned on Friday night.

Hội Thoại 2 - Conversation 2

Khang: Ô! Anh Sơn! Anh đi đâu vậy?

Oh! Sơn! Where are you going?

Sơn: Anh đi gặp một người bạn ở quán cà phê. Còn em?

I'm going to meet a friend at the coffee shop. And you?

Khang: Em đang đi về nhà. À! Anh Sơn, cuối tuần này anh có muốn đi câu cá với em và bạn em không?

I'm going home. Ah! Sơn, this weekend do you want to go fishing with my friends and me?

Sơn: Cuối tuần này anh không có thời gian. Tuần sau tụi mình đi được không, em?

This weekend I don't have time. Can we go next weekend?

Khang: Được, nhưng sáng thứ bảy tuần sau em phải đi làm.

Okay, but I work next Saturday morning.

Sơn: Không sao đâu. Chủ nhật tuần sau tụi mình đi nhé!

Never mind. We'll go next Sunday!

Khang: Dạ. Chủ nhật tuần sau tụi mình sẽ gặp nhau.

All right. We'll see each other next Sunday.

Câu Văn - Sentences

1. A: Hôm nay là thứ mấy?

    What day is it today?

    B: Hôm nay là thứ tư.

    Today is Wednesday.

2. A: Hôm nay là ngày mấy?

    What is the date today?

    B: Hôm nay là ngày mười hai, tháng tư.

    Today is the 12th of April.

3. A: Năm nay là năm mấy?

    What year is it?

    B: Năm nay là năm hai nghìn lẻ năm.

    It's the year 2005.

4. A: Khi nào bạn tập thể dục?

    When do you exercise?

    B: Tôi tập thể dục thứ hai, thứ tư, và thứ sáu.

    I exercise on Monday, Wednesday and Friday.

    C: Tôi tập thể dục ba ngày một tuần.

    I exercise three days a week.

    D: Tôi tập thể dục mỗi ngày.

    I exercise every day.

5. A: Chúng tôi đi Điện Biên Phủ năm ngoái.

We went to Điện Biên Phủ last year.

B: Chúng tôi định đi Điện Biên Phủ năm nay.

We're going to Điện Biên Phủ this year.

C: Chúng tôi định đi Điện Biên Phủ năm sau.

We're going to Điện Biên Phủ next year.

6. A: Chủ nhật trước bạn làm gì?

What did you do last Sunday?

B: Chủ nhật này bạn làm gì?

What are you doing this Sunday?

C: Chủ nhật tới bạn làm gì?

What will you do next Sunday?

7. A: Bạn học tiếng Việt ở đây bao lâu rồi?

How long have you studied Vietnamese here?

B: Tôi học ở đây một năm (rồi).

I've studied here for one year (already).

C: Tôi học ở đây gần sáu tháng (rồi).

I've studied here for almost six months (already).

D: Tôi học ở đây khoảng mười tuần.

I've studied here for about ten weeks.

8. A: Khi nào bạn đi Đà Nẵng?

When are you going to Đà Nẵng?

B: Bạn đi Đà Nẵng khi nào?

When did you go to Đà Nẵng?

130

C: Tối mai tôi đi Đà Nẵng.

I'm going to Đà Nẵng tomorrow night.

D: Tôi sẽ đi Đà Nẵng sau hai tuần nữa.

I'm going to Đà Nẵng in two more weeks.

9. A. Tối thứ sáu này anh ấy làm gì?

What is he doing on Friday night?

B. Tối thứ sáu này anh ấy đi chơi với bạn gái.

He's going out with his girlfriend on Friday night.

10. A. Chiều Chủ nhật này anh đi chơi với em được không?

Can you go out with me on Sunday night?

B. Không được, em. Tuần này anh không có ngày nghỉ.

No, I can't. I don't have any days off this week.

C. Được. Khi nào tụi mình đi?

Yes, I can. When will we go?

11. A. Khi nào tụi mình đi câu cá?

When are we going fishing?

B. Cuối tuần này tụi mình đi.

We're going at the end of this week.

C. Sáng thứ hai tuần sau tụi mình đi.

We're going next Monday morning.

Exercises

1. Write and say the following sentences in English. Repeat the Vietnamese phrases several times to practice pronunciation.

Một năm có mười hai tháng.

_____

Anh ấy sẽ ở Sài Gòn đến tháng tư.

_____

Sáng thứ sáu họ đi câu cá.

_____

Chủ nhật này cô ấy được nghỉ

_____

Anh ấy thường không ăn tối trước tám giờ.

_____

Hôm nay là thứ mấy?

_____

Sau hai tuần nữa họ sẽ đang ở Mỹ .

_____

Chị học tiếng Việt được ba tháng rồi.

_____

Hôm nay là ngày hai mươi hai tháng năm.

_____

2.   Respond to the following questions and statements in Vietnamese. Practice speaking and writing.

1.   Hôm nay là ngày mấy?

_____

2.   Một năm có bao nhiêu tuần?

_____

3.   Một tuần có mấy ngày?

_____

4.   Ngày nào thường là ngày nghỉ của bạn?

_____

3.   Write the question that should precede these answers.

1.   _____

Họ đến Việt Nam tháng mười.

2.   _____

Không được. Tối thứ bảy tôi không có thời gian đi chơi.

3.   _____

Anh ấy học ở đây được hai năm rồi.

Test 5

Match the English vocabulary with the Vietnamese vocabulary

Months

_____	1.	January	a tháng mười
_____	2.	February	b tháng năm
_____	3.	March	c. tháng sáu
_____	4.	April	d. tháng mười hai
_____	5.	May	e. tháng hai
_____	6.	June	f. tháng bảy
_____	7.	July	g. tháng một
_____	8.	August	h. tháng mười một
_____	9.	September	i. tháng ba
_____	10.	October	j. tháng chín
_____	11.	November	k. tháng tám
_____	12.	December	l. tháng tư

Days

_____	1.	Sunday	a. thứ sáu
_____	2.	Monday	b. thứ bảy
_____	3.	Tuesday	c. thứ tư
_____	4.	Wednesday	d. Chủ nhật
_____	5.	Thursday	e. thứ năm
_____	6.	Friday	f. thứ hai
_____	7.	Saturday	g. thứ ba

Translation Test: Write and say the following sentences in Vietnamese. Repeat them several times to practice pronunciation.

Today is April 1st, 2005.

I'm going to work at 8:00 tomorrow morning.

I don't have time to go out on Saturday.

I came to Việt Nam in February.

I have studied English for 3 years.

What date is today?

Wednesday night he is going out with his friends.

We're going to Nha Trang next weekend.

I do exercise every Monday, Wednesday and Friday.

Phụ âm - Consonants

In this chapter we will introduce the only remaining initial consonant sound.

ng and ngh   like the *ng* in *singing*

ngh is only used precedeing the vowels *e, e* and *i*. In all other cases *ng* will be used. *ng* is a very common initial consonant sound, however it can be difficult for Western learners to master. Practice the exercises several times until you can get it right.

Nguyên âm - Vowels

In this lesson we will learn two more sets of similar vowel sounds, and two other complex vowels.

ao	like the *ow* in *flower*
au	a combination of the *a* in *father* and the *oo* in *loose*
âu	similar to *au* but shorter and with a different accenton thefirst vowel sound

eo

a combination of the *ay*
in *say* and the *o* in *no*

êu

similar to *eo,* but shorter
and with a different accent

ươ

in the north, *ươ* is a clear
transition from *ư* to *ơ*. In
the south it is much more
uniform in sound

uyê

in the north, *uyê* is a clear
transition from *u* to *i* to *ê*.
In the south it is more like
the *uee* in *queen*

ao, au, âu, eo and êu are all final vowels. *ươ* and *uyê* are
always followed by a final consonant.

Pronunciation Exercises

Listen and repeat the following syllables containing the final vowel
sounds *ao, au* and *âu.*

1. đao đào đáo   **2. nào nảo não**

3. vào vảo vạo   **4. thao thảo thạo**

5. sáu sàu sảu   **6. khau kháu khàu**

7. lau làu lạu   **8. giáu giảu giạu**

9. xấu xậu xẫu   10. dâu dấu dẩu

11. tậu tầu tẫu   12. chậu chấu chẩu

Listen and repeat the following syllables containing the final vowel sounds *eo* and *êu*.

1. heo héo hẹo   2. trẹo treo trẻo

3. reo rẽo rẻo   4. quẹo quẻo quèo

5. lều lếu lểu   6. nếu nểu nệu

7. đếu đều đệu   8. kệu kêu kểo

Listen and repeat the following syllables containing the vowel sound *ươ*.

1. hương lương phương vương thương

2. xưởng dưởng cưởng đưởng sưởng

3. vượng phượng khượng rượng tượng

4. nướng mướng chướng trướng gướng

5. cường xường trường giường vường

Listen and repeat the following syllables containing the vowel sound *uyê*. Note that the consonants following *uyê* are limited to *n* and *t*.

1. tuyên quyên uyên chuyên thuyên

2. chuyển khuyển quyển tuyển uyển

3. tuyệt xuyệt duyệt huyệt quyệt

4. quyết tuyết xuyết huyết khuyết

5. tuyền huyền truyền chuyền

Listen and repeat the following syllables containing the initial consonant sound *ng*.

1. nghe ngô ngư nghêu nguyên nghê nga

2. nghìn ngò nghề ngờ ngần nghèo ngầu

3. nguyệt nghiệp ngạo nghệu ngại ngậy

4. ngáp ngán ngứ nghé ngát ngắn

5. ngã ngũ ngỗ nghĩ ngữ ngõ nghẽo

6. nghỉ ngả ngỏm ngủ ngải

Lesson 6

Clothing, posessives, why, in order to, because, common adjectives, colors, intensifiers

Lesson 6

Bài 6   *Lesson 6*

Từ vựng   *Vocabulary*

quần áo, đồ	clothing
(*cái*) áo sơ mi	shirt
(*cái*) áo thun	t-shirt
(*cái*) quần	pants
(*cái*) quần gin	jeans
(*cái*) quần soọc	shorts
(*cái*) áo choàng	blouse
(*cái*) áo đầm	dress
(*cái*) áo dài	traditional Vietnamese dress
(*cái*) váy	skirt
(*cái*) cà vạt	necktie
(*sợi*) dây nịt	belt
(*cái*) áo len	sweater
(*cái*) áo khoác	jacket
(*chiếc*) giầy, giầy	shoe
(*đôi*) giầy	pair of shoes
(*chiếc*) vớ	sock
(*đôi*) vớ	pair of socks
(*cái*) mũ, (*cái*) nón	hat

(*đồ*) trang sức	jewelry
quần áo lót	underwear
mặc	to wear/put on clothing
đeo	to wear/put on a watch, jewelry
mang	to wear/put on shoes, socks
đội	to wear a hat
cởi giầy	to take off shoes
cởi đồ, cởi quần áo	to take off clothing
thử	to try
mặc thử	to try on clothing
của	creates possesives
của tôi	mine, my
của cô ấy	hers, her
nó	it
tại sao	why
để	to, in order to
vì, tại vì	because
cũ	old (objects)
mới	new
nhỏ	small
lớn	big
xấu	ugly

đẹp	beautiful, nice, pretty
đẹp trai	handsome
gần	near
xa	far
ngắn	short
dài	long
tốt; hay; giỏi	good
dở; xấu	bad
màu	color
màu đen	black
màu trắng	white
màu xanh lá cây	green
màu xanh da trời	blue
màu đỏ	red
màu vàng	yellow
màu cam	orange
màu tím	purple
màu nâu	brown
màu xám	grey
màu đen và trắng	black and white

Ngữ pháp - Grammar

In this chapter adjectives are introduced. In Vietnamese, adjectives follow the noun.

    e.g. một cái mũ *lớn* = a large hat
           quần áo *mới* = new clothing

của

The word "*của*" is used when making possesives. It follows this form:

    noun + ***của*** + pronoun

    e.g. cái áo sơ mi *của* tôi = my shirt
           cái áo sơ mi này là *của* tôi =
                      this shirt is mine
           đôi giầy *của* chị ấy = her pair of shoes
           đôi giầy này là *của* chị ấy =
                      this pair of shoes is hers

However, "*của*" is often omitted, usually when the speaker is not referring to an object.

    e.g. bạn mình = our friend
           công ty anh ấy = his company

tại sao and *sao*

"*tại sao*" is a beginning question particle that means "why". "*tại sao*" always comes at the beginning of a sentence or phrase.

e.g. *tại sao* ngày mai bạn không muốn đi chơi? =
    why don't you want to go out tomorrow?

khi bạn đi chơi *tại sao* không có mời tôi đi với? =
why didn't you invite me to go with?

In informal situations people will often just say *"sao"*. This sounds more friendly and "cute".

e.g. *sạo* bạn không thích cái áo sơ mi náy? =
    why don't you like this shirt?

vì and *tại vì*

"vì" and *"tại vì"* both mean "because". They are placed at the beginning of a phrase.

e.g. tôi đi không được *vì* cần phải đi làm =
    I can't go because I have to work

tôi không mua cái áo sơ mi đó *tại vì* nó nhỏ quá =
    I didn't buy that shirt because it's too small

"vì" is used more commonly in spoken Vietnamese, so that is what will be used in the sentences and conversations in this book.

lắm

"*lắm*" is an intensifier expressing an elevated level of feeling or quality. "*lắm*" functions like the word "very" in English when used with adjectives.

    e.g. đôi giầy nầy đẹp *lắm* =

                       this pair of shoes is very pretty

and it functions like "very much" when used with verbs

    e.g. tôi thích nó *lắm* = I like it very much

"*lắm*" is always used in the final position of a phrase

rất

"*rất*" has the same meaning as "*lắm*", but precedes the adjective or verb instead of following it.

    e.g. đôi giầy nầy *rất* đẹp =

                       this pair of shoes is very pretty

        tôi *rất* thích cái này = I like this one very much

quá

"*quá*" functions like the word "too" when used in a negative context

    e.g. cái đồng hồ này mắc *quá* =

                       this watch is too expensive

and it functions like the word "so" when used in a
positive context

e.g.   cái váy này đẹp *quá* = this skirt is so pretty

In spoken Vietnamese "*quá*" sometimes precedes the
adjective

e.g.   cái váy này *quá* đẹp = this skirt is so pretty

để

"*để*" is a preposition which is used to show purpose of an
action. It is similar to "in order to", or "to" in English when
used to show purpose of an action.

e.g.   tôi đến Việt Nam *để* học tiếng Việt =
I came to Việt Nam to study Vietnamese

hôm nay họ thức dậy sớm *để* đi câu cá =
today they woke up early to go fishing

cho

"*cho*" is also a preposition which shows purpose of
action, but it is more like the word "for" in English.

e.g.   tôi sẽ mua một cái áo sơ mi *cho* bạn =
I will buy a shirt for you

anh ấy làm nó *cho* tôi = he did it for me

Hội Thoại 1 - Conversation 1

Duyên: Lâm ơi, em đi đâu vậy?

Lâm, where are you going?

Lâm: Em đi chợ. Chị có muốn đi với em không?

I'm going to the market. Do you want to go with me?

Duyên: Có! Em đi chợ để mua cái gì?

Yes! What are you going to the market to buy?

Lâm: Em sẽ mua hai cái váy dài màu đen và hai cái áo sơ mi trắng.

I'm going to buy two long black skirts and two white shirts.

Duyên: Nhưng mà em có nhiều váy rồi. Tại sao em cần mua hai cái nữa?

But you have many skirts already. Why do you need to buy two more?

Lâm: Vì quần áo đó để đi chơi. Em cần mua quần áo để đi làm.

Because those clothes are for going out. I have to buy clothes for work.

Hội Thoại 2 - Conversation 2

Luân: Em thích cái áo sơ mi này không?

Do you like this shirt?

Quyên: Không. Em không thích lắm.

No. I don't like it very much.

Luân: Thế hả? Tại sao em không thích?

Really? Why don't you like it?

Quyên: Vì nó màu cam. Em không thích quần áo màu cam.

Because it's orange. I don't like orange clothing.

Luân: Vậy, em có thích cái áo màu xanh lá cây đó không?

So, do you like that green one?

Quyên: Dạ thích, nhưng mà em phải mua áo sơ mi tay dài.

Cái áo đó tay ngắn.

I like it, but I have to buy a long-sleeved shirt. That

one is short-sleeved.

Luân: Còn cái màu đỏ đó thì sao?

What about that red one?

Quyên: Đẹp lắm! Em thích nó lắm!

It's very pretty! I like that one a lot!

Luân: Vậy anh mua cái đó cho em.

So I'll buy that one for you.

Câu Văn - Sentences

1. A: Cái áo sơ mi này cũ.

    This shirt is old.

    B: Cái áo sơ mi đó mới.

    That shirt is new.

2. A: Cái váy này ngắn.

    This skirt is short.

    B: Cái váy này dài.

    This skirt is long.

3. A: Tôi đang mặc cái quần màu đen.

    I am wearing black pants.

    B: Tôi đang mặc cái quần màu đỏ.

    I am wearing red pants.

4. A: Anh ấy đang mặc áo khoác màu xanh da trời.

    He is wearing a blue jacket.

    B: Cô ấy đang mặc áo choàng màu vàng.

    She is wearing a yellow blouse.

5. A: Cái áo sơ mi màu xanh lá cây đó là của tôi.

    That green shirt is mine.

    B: Cái áo sơ mi màu hồng đó là của bạn.

    That pink shirt is yours.

6.   A: Đó là cái mũ màu trắng của bạn.

That is your white hat.

B: Đó là cái mũ màu nâu của cô ấy.

That is her brown hat.

7.   A.   Chị ấy là bạn của tôi.

She is my friend.

B.   Đó là bạn tôi.

That is my friend.

8.   A.   Đó là nhà của bạn tôi.

That is my friend's house.

B.   Đó là nhà bạn tôi.

That is my friend's house.

9.   A: Đôi giầy nào là của bạn?

Which pair of shoes is yours?

B: Đôi giầy lớn là của tôi.

The big pair of shoes is mine.

C: Đôi lớn là của tôi.

The big pair is mine.

D: Đôi ở bên trái là của tôi.

The pair on the left hand side is mine.

10.   A: Tại sao bạn thích cái váy này?

Why do you like this skirt?

B: Vì cái này đẹp.

      Because this one's pretty.

    C: Vì cái này không ngắn lắm.

      Because this one isn't very short.

12. A: Tại sao bạn không đi được?

      Why can't you go?

    B: Tôi không đi được vì không có thời gian.

      I can't go because I don't have time.

13. A: Tại sao anh ấy đi Huế?

      Why did he go to Huế?

    B: Anh ấy đi Huế để thăm bạn anh ấy.

      He went to Huế to visit his friend.

14. A. Cô ấy đến chợ để mua quần áo mới.

      She went to the market to buy new clothing.

    B. Cô ấy đi chợ để gặp một người bạn.

      She went to the market to meet a friend.

15. A. Cái này cho bạn.

      This one is for you.

    B. Tôi mua cái này cho bạn.

      I bought this one for you.

    C. Tôi sẽ làm cái đó cho bạn.

      I will do that for you.

Exercises

1. Write and say the following sentences in English. Repeat the Vietnamese phrases several times to practice pronunciation.

Đôi vớ của tôi không phải màu vàng. Đôi của tôi màu đỏ.

_____

Anh ấy đi Hà Nội để học tiếng Việt.

_____

Cái mũ của cô ấy đẹp lắm.

_____

Tôi mặc cái áo sơ mi này không được vì nó nhỏ quá.

_____

Tôi đang đi đến nhà hàng vì bạn tôi đang chờ tôi ở đó.

_____

Cái quần mới của bạn ở trên cái ghế màu đen ở đó.

_____

Tụi mình không thích phim này vì nó không tốt.

_____

Họ làm việc cho tôi.

_____

Ngày mai khoảng bảy giờ rưỡi tôi sẽ gọi điện thoại cho bạn.

_____

2.   Combine the following sentences using *"để"*

Example:

Hôm nay anh Nam thức dậy sớm. Anh ấy sẽ tập thể dục.

*Hôm nay anh Nam thức dậy sớm **để** tập thể dục.*

1. Chị Hương đi chợ. Chị ấy sẽ mua áo đầm đỏ.

    _____

2. Thủy về nhà rồi. Cô ấy muốn xem tivi.

    _____

3. Thứ tư này anh Jack phải đi Trung Quốc. Anh ấy sẽ làm
    việc ở đó.

    _____

4. Chủ nhật tới cô Hiền phải đi đến ga xe lửa. Cô ấy đi đón
    một người bạn.

    _____

5. Ngày mai ông Mark đi Chicago. Ông ấy đi chơi ở đó.

    _____

6. Thiện và Hiếu sẽ đi Mỹ hai tuần nữa. Họ đi học tiếng
    Anh.

    _____

Test 6

Match the English vocabulary with the Vietnamese vocabulary

Vocabulary

_____	1. why	a áo sơ mi
_____	2. shirt	b cũ
_____	3. my, mine	c. tại sao
_____	4. short	d. cái mũ
_____	5. bad	e. áo đầm
_____	6. long	f. tốt
_____	7. old	g. nhỏ
_____	8. small	h. của tôi
_____	9. new	i. dài
_____	10. hat	j. dở
_____	11. dress	k. mới
_____	12. good	l. ngắn

Colors

_____	1. purple	a. màu hồng
_____	2. grey	b. màu trắng
_____	3. black	c. màu cam
_____	4. blue	d. màu đỏ
_____	5. white	e. màu đen
_____	6. orange	f. màu tím
_____	7. yellow	g. màu xanh lá cây
_____	8. red	h. màu xanh da trời
_____	9. green	i. màu vàng
_____	10. brown	j. màu xám
_____	11. pink	k. màu nâu

156

Translation Test: Write and say the following sentences in Vietnamese.
Repeat them several times to practice pronunciation.

My white shirt is very old.

_____

I don't like black clothing.

_____

Why did you go home so early?

_____

I went to the market to buy a pair of black shoes.

_____

Why didn't you go to work yesterday?

_____

She bought a new white car today.

_____

He is wearing a green hat.

_____

They went to the coffee shop to meet their friends.

_____

This new book is for you.

_____

Nguyên âm - Vowels

   As we introduce the last sets of vowels in Vietnamese, it becomes more and more difficult to try to give examples of similar sounds in English. Many of the vowel sounds in Vietnamese, especially complex vowels, simply don't exist in English. The best way to practice these sounds is by listening to the CDs, your teacher, or any other Vietnamese speaker, and trying to recreate the sound as closely as possilbe.

oa	like the *wa* in *water*
uô	u + ô
ơi	ơ + i
ua	u + a
ưa	ư + a
uôi	u + ô + i
ươi	ư + ơ + i

oa and uô are used as final consonants, and are also followed by final consonants. All the other vowels in this lesson are final sounds.

Pronunciation Exercises

Listen and repeat the following syllables containing the vowel sound *oa.*

1. hoa hỏa họa   2. tòa tóa tọa

3. soan soán   4. đoản đoan đoàn

5. hoạt hoát   6. thoát thoạt

Listen and repeat the following syllables containing the vowel sound *uô.*

1. buốt thuột luộc cuốc tuốt chuột

2. muỗm huông luồng cuộn đuỗng

Listen and repeat the following syllables containing the final vowel sounds *ơi, ua* and *ưa.*

1. mời giới cỡi phơi lợi sởi rơi

2. cua lúa thua bùa đũa lụa

3. nữa bửa sữa chưa lừa cựa

Listen and repeat the following syllables containing the final vowel sounds *uôi* and *ươi.*

1. muối cuối nuôi chuồi muỗi tuổi cuội

2. tươi bưởi mười cưới lưỡi bươi

Listening Exercise

Write the syllables as you hear them in the blank spaces.

e.g. 1. __*nói*__

1. _____   2. _____
3. _____   4. _____
5. _____   6. _____
7. _____   8. _____
9. _____   10. _____
11. _____   12. _____
13. _____   14. _____
15. _____   16. _____
17. _____   18. _____
19. _____   20. _____

Lesson 7

More food and drink, eating, flavors, yet/not yet

Bài 7

Lesson 7

Từ vựng

Vocabulary

thức ăn; thực phẩm	food
cơm	cooked rice
cơm trắng	white rice
gạo	uncooked rice
rau, củ	vegetables
trái cây	fruit
nước trái cây	fruit juice
thức uống	beverage
nước ngọt	soft drink
gỏi	salad
thịt	meat
cá	fish
cua	crab
tôm	shrimp
mực	squid
hải sản	seafood
thịt gà	chicken meat
thịt bò	beef
thịt heo	pork
trứng	egg

trứng gà	chicken egg
tái	rare
vừa	medium
chín	cooked, well done
tươi	fresh
sống	raw
muối	salt
đường	sugar
đồ tráng miệng	dessert
bánh	foods made from flour, like cake, cookies, or pastries
bánh mì	bread, sandwich
(*cái*) đĩa	plate
(*cái*) ly	glass
(*cái*) lon	can
(*cái*) chai	bottle
(*cây*) đũa	chopstick
(*đôi*) đũa	pair of chopsticks
dùng	to use
dùng đũa	to use chopsticks
(*cái*) muỗng	spoon
(*cái*) nĩa	fork
(*con*) dao	knife

(*cái*) tô	bowl
(*cái*) chén	small bowl for sauces
lẩu	hotpot
xào	stir fried
chiên	deep fried
hấp	steamed
luộc	boiled
nướng	grilled, barbecue
đút lò	baked
(*trái*) cà chua	tomato
(*củ*) hành	onion
(*củ*) khoai tây	potato
(*trái*) chanh	lime
(*củ*) tỏi	garlic
(*củ*) gừng	ginger
(*trái*) ớt	chili
tương ớt	chili sauce
nước tương, xì dầu	soy sauce
mắm	fish paste
nước mắm	fish sauce
(*bông*) cải xanh	brocolli
(*bông*) cải trắng	cauliflower
đậu que	green beans

rau xà lách	lettuce
rau muống	water morning glory
chả giò	fried spring rolls
gỏi cuốn	fresh spring rolls
mặn	salty
ngọt	sweet
chua	sour
đắng	bitter
nhạt	bland
dầu mỡ	oily
cay	spicy
ngon	delicious
dở, tệ	bad, not delicious
món ăn	dish
bửa ăn	meal
gọi món ăn	to order food
ăn thử, nếm thử	to taste, to try food
cho	to give
chứ	certainly
món ăn Việt Nam	Vietnamese food
món ăn Nhật	Japanese food
món ăn nước ngoài	foreign food
phục vụ	service

người phục vụ	waiter, waitress, server
đói bụng, đói	hungry
khát; khát nước	thirsty
no	full
chưa	yet, not yet
có… bao giờ chưa?	have you ever…?
tôi chưa bao giờ…	I haven't ever….
vẫn	still
rất	very
"thật à!"	"oh really!"

Ngữ pháp - Grammar

cho

In chapter 6 we learned about "*cho*" as a preposition. In this chapter, we learn how to use "*cho*" as a verb, which means "to give".

e.g. *cho* tôi một đĩa chả giò =
give me a plate of fried spring rolls

anh Nam *cho* chị Hương một cái áo sơ mi màu đỏ =
Nam gave Hương a red shirt

để

In chapter 6 we learned about using "*để*" to show the purpose of an action. "*để*" is also used to show the purpose or function of an object, similar to the word "for" in English.

e.g. cuốn sách này dùng *để* học tiếng Việt =
this book is used for studying Vietnamese

máy chụp hình dùng *để* chụp hình =
a camera is used for taking pictures

chưa

"*chưa*" is an adverb that functions like the word "yet" in questions.

e.g. bạn hiểu *chưa*? = do you understand yet?

họ ăn cơm *chưa*? = did they eat yet?

When answering questions containing *"chưa"*, it is also used as a negative answer meaning "not yet". It precedes the main verb, however in informal speech the verb is often omitted.

e.g. A: Bạn ăn cơm chưa?
        Did you eat yet?
     B: *Chưa* (ăn).
        Not yet.

In positive responses, the speaker will usually use the active verb in the question + *"rồi"*. Again, the active verb is often omitted in informal speech

e.g. A: Bạn hiểu chưa?
        Do you understand yet?
     B: (Hiểu) *rồi*.
        Yes (I understand already).

It is also used to create negative statements, similar to "have not ... yet".

e.g. xe buýt *chưa* đến bến xe =
        the bus hasn't arrived at the bus station yet

    tôi *chưa* đi ngủ = I haven't gone to bed yet

có + verb + *bao giờ chưa?*

This question structures functions the same as "have you ever + verb" in English.

e.g. bạn *có* ăn món ăn Việt Nam *bao giờ chưa*? =
have you ever eaten Vietnamese food?

bạn *có* xem phim này *bao giờ chưa*? =
have you ever seen this film?

As shown before, a negative response will usually just contain the word *"chưa"*.

e.g. A: Bạn có ăn món ăn Việt Nam bao giờ chưa?
Have you ever eaten Vietnamese food?
B: *Chưa* (ăn).
Not yet.

and a positive response will usually just be the active verb + *"rồi"*.

e.g. A: Bạn có xem phim này bao giờ chưa?
Have you ever seen this film?
B: *Xem rồi*.
Yes (I've seen it already).

chưa bao giờ

This structure is similar to "I haven't ever" or "I have never" in English.

e.g. tôi *chưa bao giờ* đi Đà Lạt =
I haven't ever been to Đà Lạt

tôi *chưa bao giờ* ăn món ăn Việt Nam =
I haven't ever eaten Vietnamese food

không bao giờ

This structure also means "I haven't ever" or "I have never", but only in situations when the speaker wants to indicate that they haven't done something because they don't want to.

> e.g. A: Bạn có xem phim này bao giờ chưa?
>   Have you ever seen this film?
>   B: Không. Tôi *không bao giờ* xem phim này
>   No. I haven't ever seen this film.

In this case, the speaker would be indicating that they have never seen the film due to the fact that they don't want to. Possibly they think it will be boring, or there is something or someone in the film they don't like, or something along these lines.

"*không bao giờ*" also means "never".

> e.g. tôi *không bao giờ* thức dậy sớm =
>   I never wake up early

> or in answer to a question:

> e.g. A: Bạn muốn đi uống bia với chúng tôi không?
>   Do you want to go drink beer with us?
>   B: Không. Tôi *không bao giờ* uống bia.
>   No. I never drink beer.

Hội Thoại 1 - Conversation 1

Dương: Alô, Dương nghe.

  Hello, this is Dương.

Thanh: Chào anh Dương, Thành đây. Anh đang làm gì

  vậy? Anh ăn cơm chưa?

  Hi Dương, this is Thành. What are you doing? Have
  you eaten yet?

Dương: Chưa. Anh đang đói bụng lắm đây!

  Not yet. I'm really hungry!

Thanh: Em và một người bạn sẽ ăn cơm ở nhà của em.

  Anh đến được không?

  My friend and I are going to eat at my house. Can
  you come?

Dương: Được chứ! Em nấu ăn, phải không?

  Certainly! You're cooking, right?

Thanh: Phải. Em nấu chả giò thịt heo, rau muống xào tỏi,

  và bò tái chanh.

  Yes. I'm cooking pork spring rolls, fried morning
  glory with garlic, and rare beef with lime.

Dương: Rồi. Anh gặp em khoảng ba mươi phút nữa

  All right. I'll see you in about 30 minutes.

Thanh: Dạ, được.

  Yes, all right.

Hội Thoại 2 - Conversation 2

Người phục vụ: Chào ông. Ông muốn gọi món ăn gì ạ?

Hello sir. What would you like to order?

Khách hàng: Cho tôi ba món. Gỏi gà, thịt heo nướng, và lẩu hải sản.

Give me three dishes. Chicken salad, barbecued pork, and seafood hotpot.

Người phục vụ: Lẩu hải sản cay hay là không cay?

Would you like the seafood hotpot spicy or not?

Khách hàng: Cho tôi lẩu cay.

Give me the hotpot spicy.

Người phục vụ: Ông uống gì?

What would you like to drink?

Khách hàng: Cho tôi một ly nước trái cây và hai lon bia.

Give me a glass of fruit juice and two cans of beer.

Người phục vụ: Ông có muốn dùng cơm trắng không?

Would you like to have rice?

Khách hàng: Có. Cho tôi ba chén cơm trắng.

Yes. Give me three small bowls of rice.

Câu Văn - Sentences

1. A: Bạn ăn cơm chưa?

   Have you eaten yet?

   B: Tôi ăn cơm rồi.

   I've eaten already.

   C. Tôi chưa ăn cơm.

   I haven't eaten yet.

   D. Chưa.

   Not yet.

2. A: Bạn muốn ăn gì?

   What do you want to eat?

   B: Tôi muốn ăn món ăn Việt.

   I want to eat Vietnamese food.

   C: Tôi muốn ăn cơm với thịt bò nướng.

   I want to eat rice with grilled beef.

3. A: Bạn đói (bụng) không?

   Are you hungry?

   B: Bạn đói (bụng) chưa?

   Are you hungry yet?

   C: Tôi đói lắm.

   I'm very hungry.

   D: Tôi không đói.

   I'm not hungry.

E: Tôi no rồi.

I'm full.

4. A: Cô ấy không thích món ăn Thái Lan vì nó cay quá.

She doesn't like Thai food because it's too spicy.

B: Tôi không thích món ăn Trung Quốc vì nó nhiều dầu mỡ .

I don't like Chinese food because it's very oily.

C: Anh ấy ăn thích món ăn Nhật vì anh ấy thích ăn cá sống.

He likes to eat Japanese food because he likes to eat raw fish.

D: Tôi thích ăn món ăn Việt, nhưng mà tôi không thích nước mắm.

I like Vietnamese food, but I don't like fish sauce.

5. A: Bạn biết dùng đũa không?

Do you know how to use chopsticks?

B: Tôi không biết dùng đũa.

I don't know how to use chopsticks.

C: Tôi biết.

Yes, I know how.

6. A: Bạn có ăn được món ăn nước ngoài không?

Can you eat foreign food?

B: Bạn biết ăn món ăn nước ngoài không?[1]

Can you eat foreign food?

C: Tôi không ăn món ăn Mỹ được

I can't eat American food.

D: Tôi không biết ăn cay.

I can't eat spicy food.

7. A: Cô ấy gọi món ăn chưa?

Has she ordered food yet?

B: Anh ấy gọi bốn món ăn rồi.

He ordered four dishes already.

8. A. Tại sao bạn không thích ăn món ăn này?

Why don't you like to eat this?

B. Vì nó mặn quá.

Because it's very salty.

C: Vì tôi không ăn thịt.

Because I don't eat meat.

9. A: Tôi khát quá.

I'm very thirsty.

B: Tôi khát nước lắm.

I'm very thirsty.

---

[1] In Vietnamese, the phrase "Tôi biết ăn…", or "I know how to eat" is synonymous with "I can eat…"

10. A: Bạn muốn uống gì?

What do you want to drink?

B: Tôi muốn uống nước ngọt.

I want to drink a soft drink.

C: Tôi không uống gì. Tôi chưa khát.

I won't drink anything. I'm not thirsty yet.

12. A: Bạn có ăn ở nhà hàng đó bao giờ chưa?

Have you ever eaten at that restaurant?

B: Tôi ăn ở đó rồi.

I've eaten there already.

C: Tôi chưa bao giờ ăn ở đó.

I haven't eaten there yet.

13. A: Món ăn ở nhà hàng đó có ngon không?

Is the food at that restaurant delicious?

B: Món ăn ở nhà hàng đó rất ngon.

The food at that restaurant is very delicious.

C: Món ăn ở nhà hàng đó không ngon lắm.

The food at that restaurant isn't very delicious.

14. A: Cho tôi một ly nước trái cây.

Give me a glass of fruit juice.

B: Cho tôi hai đĩa thịt heo chua ngọt.

Give me two plates of sweet and sour pork.

C: Cho tôi một đĩa gà hấp gừng.

Give me a plate of steamed chicken with ginger.

15. A: Nước tương mặn.

Soy sauce is salty.

B: Trái cây này ngọt.

This fruit is sweet.

C: Khoai tây chiên nhiều dầu mỡ.

Fried potatoes are very oily.

16. A: Cho tôi một ly cà phê.

Give me a glass of coffee.

B: Cho tôi một chai bia.

Give me a bottle of beer.

C: Cho tôi cây viết và một tờ giấy.

Give me a pen and a sheet of paper.

17. A: Anh cho cô ấy cái gì?

What did you give her?

B: Anh cho cô ấy một áo sơ mi màu đen.

I gave her a black shirt.

C: Anh cho cô ấy số điện thoại của anh.

I gave her my telephone number.

D: Tôi không cho cô ấy cái gì.

I didn't give her anything.

18. A: Chị đi chơi với bạn chị chưa?

Did you go out with your friends yet?

B: Chưa. Chị vẫn đang học

Not yet. I'm still studying.

C: Rồi. Chị đi chơi với bạn chị rồi.

Yes. I went out with my friends already.

19. A: Em có xem phim này bao giờ chưa?

Have you ever seen this film?

B: Em chưa bao giờ xem phim này.

I haven't seen this film yet.

C: Em không bao giờ xem phim này.

I have never seen this film.

D: Em xem rồi.

I have seen it already.

20. A. Cơm dùng để ăn.

Rice is used to eat.

B. Nước dùng để uống.

Water is used to drink.

C. Sách dùng để đọc.

A book is used to read.

Exercises

1. Write and say the following sentences in English. Repeat the
Vietnamese phrases several times to practice pronunciation.

Chúng tôi không biết dùng đũa.

_____

Tôi thường ăn trưa ở nhà hàng Thái Lan vì tôi rất
thích ăn món ăn cay.

_____

Người phục vụ chưa đến bàn của họ.

_____

Cho tôi một đĩa khoai tây chiên.

_____

Cô ấy đi chợ để mua trái cây.

_____

Tôi chưa bao giờ ăn món ăn Nhật.

_____

Tôi phải uống nước vì tôi khát nước quá.

_____

Bạn có ăn món ăn Việt Nam bao giờ chưa?

_____

Cô ấy nấu ăn rất ngon.

_____

2. Respond to the following questions and statements in Vietnamese. Practice speaking and writing.

1. Bạn biết nấu ăn không?

    _____

2. Bạn có đi đến Việt Nam bao giờ chưa?

    _____

3. Bạn biết ăn món ăn nước ngoài không?

    _____

4. Bạn nói được tiếng Việt chưa?

    _____

3. Write the question that should precede these answers.

1. _____

    Chưa. Cô ấy chưa bao giờ đi nước ngoài.

2. _____

    Không. Tôi không biết ăn món ăn cay.

3. _____

    Tôi thích ăn trái cây vì trái cây ngọt.

Test 7

Match the English vocabulary with the Vietnamese vocabulary

Vocabulary

_____	1.	fresh	a cay
_____	2.	knife	b khát
_____	3.	deep fried	c. tươi
_____	4.	spicy	d. ngon
_____	5.	sour	e. con dao
_____	6.	thirsty	f. cái muỗng
_____	7.	give	g. cho
_____	8.	fork	h. phục vụ
_____	9.	spoon	i. vẫn
_____	10.	still	j. chua
_____	11.	service	k. cái nĩa
_____	12.	delicious	l. chiên

Food

_____	1.	soy sauce	a. thịt
_____	2.	meat	b. trái cây
_____	3.	pork	c. muối
_____	4.	fruit	d. rau
_____	5.	chili pepper	e. hải sản
_____	6.	tomato	f. nước tương
_____	7.	salt	g. trái cà chua
_____	8.	bread	h. thịt heo
_____	9.	vegetable	i. khoai tây
_____	10.	potato	j. bánh mì
_____	11.	seafood	k. ớt

Translation Test: Write and say the following sentences in Vietnamese.
Repeat them several times to practice pronunciation.

Do you like Vietnamese food?

_____

She doesn't eat meat.

_____

I can't eat foreign food.

_____

I have never been to Hanoi.

_____

Are you thirsty yet?

_____

I really like fresh vegetables.

_____

My friend hasn't arrived at the bus station yet.

_____

I don't know how to use chopsticks.

_____

She went to the market to buy fruit, pork, and rice.

_____

Nguyên âm - Vowels

In this chapter we'll introduce the last sets of complex vowels in Vietnamese, and a few unique exceptions. All the vowels in this section have very limited use in Vietnamese, and so instead of full exercises, we'll just show a few real examples and practice those.

uê

Huế (*a city in Vietnam*)
huề (*even*)
huệ (*lily*)
thuê (*to rent*)

ưu

cừu (*sheep*)
cứu (*to help*)
bưu điện (*post office*)
Hữu (*a name*)

ươu

rượu (*alcohol*)
hươu cao cổ (*giraffe*)

other exceptions

khỏe (*to be well*)
khuya (*Noon*)
khuỷu (*elbow*)
khuấy (*to stir*)
gửi (*to send*)

Now that you know the Vietnamese alphabet and the rules that it follows, the best way to continue practicing your pronunciation skills is to speak Vietnamese. Use the exercises from the previous chapters to help you sharpen pronunciation of different vowel and consonant sounds, and practice the conversations and sentences in this book – but most importantly, speak Vietnamese as much as possible!

Lesson 8

Appearances, the human body, household chores, health and hygiene

Bài 8

Lesson 8

Từ vựng

Vocabulary

….trông như thế nào?	what does…. look like?
….trông (như là)…	… looks (like)…
thân thể, cơ thể	body
xinh đẹp, đẹp	beautiful (only for women)
đẹp trai	handsome (only for men)
dễ thương	cute
to con, lớn con	big (body)
cao	tall
thấp	short
yếu	weak, unhealthy
khỏe mạnh	strong, healthy
mập	fat
mũm mĩm	chubby
mảnh mai	slim
ốm, gầy	thin, skinny
hói	bald
trán	forehead
tóc	hair
tóc thẳng, tóc suông	straight hair
tóc quăn, tóc xoăn	curly hair

lông	body hair
mắt	eye
lông mày	eyebrow
lông mi	eyelash
mũi	nose
miệng	mouth
môi	lips
ria mép	moustache
râu	facial hair
râu quai nón	beard
râu cằm	goatee
cằm	chin
răng	tooth, teeth
tai	ear
cổ	neck
vai	shoulder
ngực	chest
lưng	back
eo	waist
hông	hip
dạ dày, bao tử	stomach
cánh tay	arm
bàn tay	hand

ngón tay	finger
móng tay	fingernail
chân	leg
bàn chân	foot
ngón chân	toe
móng chân	toenail
đầu gối	knee
đùi	thigh
da	skin
óc	brain
nội tạng	innards
lần	times, occurences
…mấy lần?	how many times?
rửa	to clean, to wash
rửa tay	to wash your hands
rửa bát đĩa	to wash dishes
giặt đồ; giặt quần áo	to wash clothing
làm vệ sinh nhà cửa	to clean house
lau sàn	to mop the floor
gội đầu	to wash hair
cạo	to shave
cạo râu	to shave a beard
(*cái*) lược, (*cây*) lược	a comb

chải tóc, chải đầu	to comb hair
tắm	bathe, shower
đi tắm	to take a bath, shower
đánh răng	to brush teeth
xà bông, xà phòng	soap
dầu gội đầu	shampoo
kem đánh răng	toothpaste
có bị sao không?	What's the matter?, Is something wrong?
căn bệnh	disease
bị bệnh	to be sick
cảm	cold (illness)
bị cảm	to have a cold
bệnh cúm	flu, influenza
bị cúm	to have the flu
khỏe mạnh	to be healthy, to be strong
bác sĩ	doctor
đi khám bệnh	to go to see the doctor
thuốc	drug, medicine
uống thuốc	to take medicine
nhà thuốc, hiệu thuốc	pharmacy

Ngữ pháp - Grammar

nhiều

You have probably noticed "*nhiều*" used a few times in this book already, but now it needs to be explained a bit further. "*nhiều*" works as an intesifier when following verbs, similar to "*rất*" and "*lắm*", however it is not used with adjectives. It's English equivalent would be "very much", or "a lot".

e.g. cảm ơn *nhiều* = thank you very much
anh ấy nói nhiều = he talks a lot

In many cases "*nhiều*" will be preceded by "*rất*" or followed by "*lắm*" to even further intensify the emotion.

e.g. cảm ơn *rất nhiều* = thank you very much
anh ấy nói *nhiều lắm* = he talks a lot

"*nhiều*" also precedes classifiers and nouns, with a meaning similar to "many", or "a lot".

e.g. có *nhiều* người sống ở đây =

many people live here

cô ấy uống *nhiều* nước =

she drank alot of water

tôi đến đó *nhiều* lần rồi =

I've gone there many times already

anh ấy mua *nhiều* cái cà vạt =
>
> he bought many neckties

"*nhiều*" can be preceded by "*rất*" with nouns

e.g. có *rất nhiều* người sống ở đây =
>
> many people live here

or with "*lắm*" in the final position of the sentence

cô ấy uống *nhiều* nước *lắm* =
>
> she drank alot of water

trông

"*trông*" is a verb which means "to look at", or "to look", as in "you look tired". It can precede or follow the subject.

e.g. *trông* anh ấy khỏe mạnh = he looks strong
>
> anh ấy *trông* khỏe mạnh = he looks strong

"*trông*" is also commonly used with the word cluster "*có vẻ*". When "*trông*" precedes the the subject, the subject is placed between "*trông*" and "*có vẻ*". When the subject is placed first, it is followed by "*trông có vẻ*".

e.g. *trông* món ăn này *có vẻ* ngon =
>
> this food looks delicious

món ăn này *trông có vẻ* ngon =
>
> this food looks delicious

Hội Thoại 1 - Conversation 1

Hoa: Chị Diệu ơi! Hôm nay trông chị không khỏe. Chị
         bị bệnh hả?

         Diệu! You don't look well today. Are you sick?

Diệu: Ừ. Hôm nay chị không khỏe lắm.

         Yeah. I'm not very well today.

Hoa: Chị bị bệnh gì?

         What illness do you have?

Diệu: Chị bị cúm và đã không làm việc được ba ngày rồi.

         I have the flu and I haven't been able to work for

         three days already.

Hoa: Trời ơi! Chị uống thuốc chưa?

         Oh my God! Have you taken medicine yet?

Diệu: Chưa. Chị không biết uống thuốc gì.

         Not yet. I don't know what medicine to take.

Hoa: Sao chị chưa đi khám bệnh?

         Why haven't you gone to the doctor yet?

Diệu: Vì chị sợ bác sĩ lắm!

         Because I'm afraid of doctors!

Hoa: Đi khám bệnh đi chị! Đừng lo, em sẽ đi với chị

         Go to the doctor! Don't worry, I 'll go with you.

Hội Thoại 2 - Conversation 2

Yoshio: Chị Linda, một người bạn của em nói là anh ấy

đang học tiếng Việt cùng lớp với chị

Linda, one of my friends said that he's studying

Vietnamese in the same class as you.

Linda: Thế hả? Anh ấy tên là gì?

Really? What's his name?

Yoshio: Anh ấy tên là John. Chị biết anh ấy không?

His name is John. Do you know him?

Linda: Anh ấy trông như thế nào? Lớp của chị có ba người

tên là John.

What does he look like? My class has three people

named John.

Yoshio: Anh ấy cao lắm và có tóc ngắn màu nâu.

He's very tall and has short brown hair.

Linda: Anh ấy mập hay ốm?

Is he fat or thin?

Yoshio: Anh ấy không mập lắm, nhưng mà to con.

He's not too fat, but he has a big body.

Linda: À, chị biết rồi. Anh ấy là người Mỹ, phải không?

Ah, I know now. He's American, right?

Yoshio: Phải. Và anh ấy nói nhiều lắm!

Right. And he talks a lot!

Câu Văn - Sentences

1.   A: Cô ấy trông như thế nào?

     What does she look like?

   B: Cô ấy thấp và có tóc dài.

     She is short and has long hair.

   C. Cô ấy trông mảnh mai và đẹp lắm.

     She looks slim and very pretty.

   D. Cô ấy rất dễ thương.

     She is very cute.

2.   A: Bạn có bị sao không?

     Is something the matter with you?

   B: Tôi bị bệnh.

     I'm sick.

   C: Tôi (bị) đau răng.

     I have a toothache.

   D: Tôi (bị) đau đầu.

     I have a headache.

   E: Tôi (bị) đau bụng lắm.

     I have a bad stomachache.

   F: Tôi không sao.

     There's nothing the matter with me.

3.   A: Anh sẽ đi mua xà phòng và dầu gội đầu ở cửa hàng.

     I'm going to buy soap and shampoo at the shop.

B: Cô ấy đến nhà thuốc để mua thuốc.

She went to the pharmacy to buy medicine.

C: Anh ấy đi khám bệnh vì bị đau đầu.

He went to the doctor because he has a headache.

D: Khi bị bệnh tôi uống thuốc.

When I'm sick I take medicine.

4. A: Em xem phim này ba lần rồi.

I've seen this film three times already.

B: Cô ấy đến đây nhiều lần rồi.

She has come here many times already.

C: Tôi đi tắm một ngày hai lần.

I take a shower two times a day.

D: Anh ấy giặt đồ một tuần ba lần.

He washes his clothes three times a week.

E: Năm trước ông ấy đi Hà Nội bốn lần.

Last year he went to Hà Nội four times.

5. A: Tôi rửa tay trước khi ăn cơm.

I wash my hands before I eat.

B: Anh ấy đi tắm, cạo râu, và đánh răng sau khi thức dậy.

He takes a shower, shaves, and brushes his teeth after he wakes up.

C: Cô ấy làm vệ sinh nhà cửa mỗi cuối tuần.

She cleans her house every weekend.

6. A: Dùng xà phòng để rửa tay.

Use soap to wash your hands.

B: Dùng dầu gội đầu để gội đầu.

Use shampoo to wash your hair.

C: Dùng cái lược để chải tóc.

Use a comb to comb your hair.

7. A: Trông cô ấy có vẻ bị bệnh.

She looks like she's sick.

B: Trông anh ấy yếu lắm.

He looks very unhealthy.

C: Anh trông khỏe lắm.

You look very well.

D: Bạn trông dễ thương quá!

You look so cute!

Exercises

1. Write and say the following sentences in English. Repeat the Vietnamese phrases several times to practice pronunciation.

Tôi đánh răng một ngày ba lần.

_____

Hôm qua anh ấy không đi làm vì bị cúm.

_____

Bạn thích tóc ngắn hay là tóc dài?

_____

Bạn có bị sao không?

_____

Năm này cô ấy bị bệnh nhiều lần rồi.

_____

Tụi mình đi xem không được vì hôm nay tụi mình phải lau nhà và giặt quần áo.

_____

Bạn thường đi tắm lúc mấy giờ?

_____

Anh ấy tóc vàng và mắt xanh da trời.

_____

Họ đi chợ để mua dầu gội đầu, xà phong, và lược.

_____

2.   Respond to the following questions and statements in Vietnamese. Practice speaking and writing.

1.   Bạn trông như thế nào?

_____

2.   Bạn thường đi tắm một ngày mấy lần?

_____

3.   Bạn dùng cái gì để rửa tay?

_____

4.   Khi bạn bị bệnh bạn thường làm gì?

_____

3.   Write the question that should precede these answers.

1.   _____

Cô ấy đi khám bệnh vì bị cảm.

2.   _____

Không. Tôi không bị sao.

3.   _____

Tôi thường chải tóc một ngày bốn lần.

Test 8

Match the English vocabulary with the Vietnamese vocabulary

_____	1.	shampoo	a. dễ thương
_____	2.	to take a shower	b. miệng
_____	3.	to take medicine	c. đi tắm
_____	4.	cute	d. cao
_____	5.	soap	e. bị bệnh
_____	6.	strong, healthy	f. uống thuốc
_____	7.	to brush teeth	g. xà phong
_____	8.	tall	h. đánh răng
_____	9.	fat	i. tóc
_____	10.	doctor	j. mũi
_____	11.	mouth	k. khỏe mạnh
_____	12.	to wash	l. mập
_____	13.	hair	m. dầu gội đầu
_____	14.	body	n. bác sĩ
_____	15.	eye	o. mắt
			p. mảnh mai
			q. thân thể
			r. rửa

Translation Test: Write and say the following sentences in Vietnamese.
Repeat them several times to practice pronunciation.

She has long legs.

_____

My friend is short and slim with long hair.

_____

I wash the dishes after I eat dinner.

_____

I usually drink a lot of water when I have a cold.

_____

Today he cleaned his house before he took a shower.

_____

I comb my hair three times a day.

_____

How many times a week do you shave your beard?

_____

I went to the doctor because I had the flu.

_____

She bought medicine because she has a headache.

_____

Lesson 9

Age, personality traits/characteristics, addresses, towns and cities, distances, family terms, occupations, how, who

Bài 9

Lesson 9

Từ vựng

Vocabulary

tuổi	age
bạn mấy tuổi?	how old are you?
bạn bao nhiêu tuổi?	how old are you?
già	old (people, animals, plants, vegetation)
trẻ, nhỏ, non	young
ai	who, somebody
nếu...thì	if...then
như thế nào	how
đính hôn	engaged
đính hôn với ai	to be engaged to somebody
cưới	marry, to get married
độc thân	single
thân thiện	friendly
tốt	good, nice
lịch sự	polite
bất lịch sự	impolite, rude
thú vị, hay	interesting
kiên nhẫn	patient
nhiều chuyện	gossipy, nosy

nói nhiều	talkative
độc ác	cruel
khùng, điên, điên khùng	crazy
thông minh	intelligent
ngu	stupid
mắc cỡ	shy
thật thà	honest
chân thành, chân thật	sincere
lười, làm biếng	lazy
yên lặng, yên tỉnh	quiet
ồn ào	noisy
bận	busy
rảnh	to be free, to have free time
địa chỉ	address
đường, phố	street
thành phố	city
quận	district (inner city)
huyện	district (rural areas)
khu phố	neighborhood
khu vực	area
thị trấn	town (rural area)
thị xã	town (urban area)
làng, thôn	village

ấp	hamlet
bao xa	how far
cách	to be separated, to be a certain distance away from something
mét	meter
kí lô mét	kilometer
dặm	mile
gần	near
xa	far

Gia đình — Family

đàn ông	man
đàn bà, phụ nữ	woman
người lớn	adult
trẻ em	child
em bé	baby
con cái, con	child
con trai	son
con gái	daughter
chồng	husband
vợ	wife

bố	father
mẹ	mother
em	younger sibling
em trai	younger brother
em gái	younger sister
anh	older brother
chị	older sister
ông nội	father's father
ông ngoại	mother's father
bà nội	father's mother
bà ngoại	mother's mother
bác	mother or father's elder brother (northern) father's elder brother (southern)
chú	father's younger brother
cậu	mother's younger brother (northern) mother's elder or younger brother (southern)
cô	father's sister
dì	mother's sister

Nghề nghiệp   Occupations

bạn làm nghề gì?	what's your occupation?
công việc	job
giáo viên	teacher, professor
thầy giáo, thầy	male teacher, instructor
cô giáo, cô	female teacher, instructor
giáo sư	professor
phòng khám răng	dentist's office
nha sĩ	dentist
nhà doanh nghiệp, thương gia	business person
sinh viên	college student
học sinh	primary school student
nhà văn	writer
phi công	pilot
ca sĩ	singer
nhạc sĩ	musician
nhà thiết kế	designer
công an	police officer
bộ đội, lính	soldier
y tá	nurse
tài xế	driver

nông dân	farmer
thư ký	secretary
nội trợ	housewife
thầy tu	monk
thợ máy	mechanic
thợ cắt tóc	barber, hairdresser
thợ uốn tóc	hair stylist
ngôi sao điện ảnh	movie star
nam diễn viên	actor
nữ diễn viên	actress
người chủ	owner
chủ cửa hàng	shop owner
chủ công ty	company owner
giám đốc	director
nhân viên	office worker, employee
nghề tự do	self employed
kỹ sư	engineer
người phiên dịch	interpreter
người biên dịch	translator
kẻ cướp	robber
kẻ trộm	thief

Ngữ pháp -   Grammar

nếu...thì

"*nếu...thì*" is used to create conditional sentences, just like "if...then" in English.

> e.g.   *nếu* tôi bị bệnh *thì* tôi sẽ đi khám bệnh   =
> if I'm sick then I will go to see the doctor

> *nếu* cô Hồng có thời gian *thì* cô ấy sẽ đi thành phố =
> if Hồng has time then she will go to the city

cách

"*cách*" actually means "to be separated". It is also used to tell distances from one point to another.

> e.g.   nhà anh Phiem (ở) *cách* đây năm trăm mét   =
> Phiem's house is five hundred meters from here

> tôi (ở) *cách* đó hai kí lô mét   =
> I'm two kilometers from there

> Sài Gòn (ở) *cách* Huế khoảng một nghìn kí lô mét   =
> Sài Gòn is about one thousand kilometers from Huế

The verb "*ở*" is optional.

bao xa

"*bao xa*" is a final question particle which means "how far".

e.g. thị xã của bạn cách đây *bao xa*? =
           how far is your town from here?

      hôm nay anh ấy đi *bao xa*? =
           how far did he go today?

như thế nào

"*như thế nào*" is a final question particle that means "how".

e.g. cái này nói bằng tiếng Việt *như thế nào*? =
           how do you say this in Vietnamese?

It is also used when asking about qualities or characteristics.

e.g. cô ấy trông *như thế nào*? =
           what does she look like?

      anh ấy là người *như thế nào*? =
           what kind of person is he? OR what is he like?

      phim này là *như thế nào*? =
           how is this film? OR what is this film like?

ai

"*ai*" is a question particle which means "who". In cases where the object of the sentence is not a pronoun, and when a possesive is not being made, "*ai*" can come at the beginning or final position in the phrase.

    e.g. giáo viên của tụi mình là *ai*? = who is our teacher?

           ai là giám đốc công ty này? =
                 who is the director of this company?

But be careful! The Vietnamese have the habit of dropping pronouns when they are understood by context, and in some situations this means changing the position of "*ai*" can cause it to become the object of another verb, thus changing the meaning completely. Also in some situations, changing the position of "*ai*" can cause the question to become complete nonsense.

    e.g. *ai* biết? = who knows (you/this/that)?
        (*bạn*) biết *ai*? = who (do you) know?

        ai yêu (*bạn*) ? = who loves (you)?
        (bạn) yêu *ai*? = who (do you) love?

When the object of the question is a pronoun, or when creating possesive questions, "*ai*" must always come in the final position.

    e.g. with a pronoun as the object of the question:

        chị ấy là *ai*? = who is she?

e.g. when creating a possesive question:

cuốn sách đó là của *ai*? = whose book is that?

When "*ai*" is the object of a verb, it can often mean both "anybody" and "somebody" in questions when preceded by the verb "*có*".

e.g. bây giờ *có ai* ở văn phòng không? =

is there anybody in the office now?
OR
is there somebody in the office now?

"*không ai*" or "*không có ai*" means "nobody".

e.g. *không ai* biết = nobody knows

không có ai sống ở ngôi nhà này =
nobody is living in this house

Hội Thoại 1 - Conversation 1

Vy: Anh Khương, Chủ nhật này anh sẽ làm gì?

Khương, what are you doing this Sunday?

Khương: Sáng Chủ nhật anh đến thành phố với mẹ anh.

Sunday morning I'm going to the city with my

mother.

Vy: Vậy buổi tối thì sao? Gia đình em muốn mời anh

đến nhà chơi.   Anh rảnh không?

So how about in the evening? My family wants to

invite you to come to our house. Do you have time?

Khương: Anh chưa biết. Anh chưa biết khi nào sẽ về . Nếu

anh về sớm thì sẽ gọi điện thoại cho em nhé.

I don't know yet. I don't know what time we're

returning yet. If I return early I'll call you.

Vy: Vậy cũng được. Gọi cho em trước sáu giờ, được

không?

That's fine. Call me before six o'clock, okay?

Khương: Được rồi. Anh sẽ gọi cho em trước sáu giờ.

All right. I'll call you before six o'clock.

Vy: Dạ được. Em sẽ chờ điện thoại của anh.

Fine. I'll wait for your call.

Hội Thoại 2 - Conversation 2

Vy: Alô, Vy nghe.

Hello, this is Vy.

Khương: Xin chào Vy, Anh Khương đây. Anh về rồi.

Hello Vy, this is Khương. I came back already.

Vy: Thế hả? Anh có rảnh để đến nhà em không?

Really? Do you have time to come to my house?

Khương: Có chứ! Địa chỉ nhà em số mấy?

Yes, certainly. What's your address?

Vy: Địa chỉ nhà em là hai lẻ tám đường An Dương
        Vương.

My address is two zero eight An Dương Vương St.

Khương: Ở quận mấy vậy em?

What district is it in?

Vy: Ở quận năm. Khi nào thì anh đến đây?

It's in district five. When are you coming here then?

Khương: Khoảng hai tiếng nữa. Anh sẽ đi nghỉ một lát trước
        khi đến nhà em, bây giờ anh buồn ngủ quá.

In about two more hours. I'm going to rest before I
go to your house, I'm really sleepy now.

Vy: Vậy cũng được. Hai tiếng nữa em sẽ gặp anh .

That's fine. I'll see you in two hours.

Hội Thoại 3 - Conversation 3

Hoàng: Gia đình của bạn có mấy người?

How many people are there in your family?

Tiến: Có bốn người. Bố mẹ tôi, em trai tôi, và tôi.

There are four people. My parents, my younger

brother, and myself.

Hoàng: Bố của bạn làm nghề gì?

What is your father's occupation?

Tiến: Bố tôi là công an, làm việc ở quận Tân Bình.

My father is a police officer, he works in Tân Bình

district.

Hoàng: Còn mẹ của bạn thì sao?

And what about your mother?

Tiến: Mẹ tôi là nhân viên văn phòng.

My mother is an office worker.

Hoàng: Công ty của bà ấy ở đâu?

Where is her company?

Tiến: Ở đường Lê Lợi, quận nhất.

On Lê Lợi St., in district one.

Hoàng: Em trai của bạn làm gì?

What does your younger brother do?

Tiến: Em tôi là học sinh. Em tôi nhỏ lắm.

He's a student. He's very young.

Hoàng: Còn bạn thì sao? Bạn làm gì?

What about you? What do you do?

Tiến: Tôi là sinh viên. Tôi muốn làm kỹ sư.

I'm a university student. I want to be an engineer.

Hoàng: Tôi cũng vậy, tôi cũng là sinh viên, nhưng tôi không muốn làm kỹ sư. Tôi muốn làm nhà doanh nghiệp.

Me too, I'm also a student, but I don't want to be an engineer. I want to be a businessperson.

Câu Văn - Sentences

1. A: Gia đình của bạn có mấy người?

    How many people are in your family?

    B: Có sáu người. Bố mẹ, một anh trai, hai em gái và tôi.

    Six people. My father and mother, one older brother, two younger sisters, and myself.

    C. Có bốn người. Vợ tôi, một con trai, một con gái, và tôi.

    Four people. My wife, one son, one daughter, and myself.

2. A: Bạn bao nhiêu tuổi?

    How old are you?

    B: Tôi ba mươi mốt tuổi.

    I am thirty-one years old.

    C: Chồng của bạn bao nhiêu tuổi?

    How old is your husband?

    D: Chồng của tôi bốn mươi mốt tuổi.

    My husband is forty-one years old.

3. A: Em mấy tuổi?

    How old are you?

    B: Em bảy tuổi.

    I'm seven years old.

C: Con gái của bạn mấy tuổi?

How old is your daughter?

D: Con gái tôi tám tuổi.

My daughter is eight years old.

4. A: Chị làm gì?

What do you do?

B: Chị làm nghề gì?

What is your profession?

C: Chị là (một) nha sĩ.

I am a dentist.

5. A: Địa chỉ của anh là gì?

What is your address?

B: Địa chỉ của tôi là 227 đường Nguyễn Thị Minh Khai, Quận 5, Thành Phố Hồ Chí Minh.

My address is 227 Nguyễn Thị Minh Khai Street, District 5, Hồ Chí Minh City.

6. A: Nhà chị số mấy?

What number is your house?

(What is your address?)

B: Nhà tôi là số 15, phố Trần Nhật Duật, Quận Hoàn Kiếm, Thành phố Hà Nội.

My house is number 15, Trần Nhật Duật Street, Hoàn Kiếm District, Hà Nội (city).

7. A: Nhà bạn ở đường nào?

    What street is your house on?

    B: Nhà tôi ở đường này.

    My house is on this street.

    C: Nhà tôi ở đường Nguyễn Du.

    My house is on Nguyễn Du street.

8. A: Nhà tôi ở gần đây.

    My house is near here.

    B: Nhà tôi không ở gần đây.

    My house is not near here.

9. A: Thị xã của tôi ở xa đây lắm.

    My town is very far from here.

    B: Thị xã của tôi không ở xa đây lắm.

    My village is not very far from here.

10. A: Văn phòng cô ấy (ở) cách đây bao xa?

    How far is her office from here?

    B: Văn phòng của cô ấy (ở) cách đây tám kí lô mét.

    Her office is eight kilometers from here.

    C: Văn phòng của cô ấy cách đây năm trăm mét.

    Her office is five hundred meters from here.

11. A: Thị xã của bà ngoại tôi cách Hà Nội ba mươi lăm kí lô mét.

My grandmother's village is thirty-five kilometers from Hà Nội.

B: Nhà anh ấy ở cách bưu điện thành phố một kí lô mét.

His house is one kilometer from the city post office.

C: Phan Thiết cách thành phố Hồ Chí Minh một trăm tám mươi kí lô mét.

Phan Thiết is one hundred eighty kilometers from Hồ Chí Minh City.

12. A: Bạn có vợ chưa?

Do you have a wife yet?

B: Chưa có. Tôi vẫn độc thân.

Not yet. I'm still single.

C: Chưa có, nhưng mà đính hôn rồi.

Not yet, but I'm engaged.

13. A: Bạn có lập gia đình chưa?

Do you have a family yet? OR Are you married yet?

B. Tôi đã lập gia đình.

I have a family already. OR I'm married already.

C: Chưa. Tôi vẫn nhỏ lắm!

Not yet. I'm still very young!

14. A: Người đàn bà đó là ai?

Who is that woman?

B: Đó là bà ngoại của tôi.

That's my grandmother.

C: Tôi không biết đó là ai.

I don't know who that is.

15. A. Anh trai của bạn đính hôn với ai?

Who is your older brother engaged to?

B: Anh ấy đính hôn với một người phụ nữ người Việt Nam.

He's engaged to a Vietnamese woman.

C: Anh ấy đính hôn với chị gái của bạn tôi.

He's engaged to my friend's older sister.

16. A: Nếu tôi có được một công việc tốt thì tôi sẽ lập gia đình.

If I get a good job, then I'll start a family.

B: Nếu tôi lập gia đình, thì tôi muốn có một con trai và một con gái.

If I have a family, then I want one son and one daughter.

C: Nếu tôi có con gái, thì tôi muốn con tôi làm bác sĩ.

If I have a daughter, then I want her to be a doctor.

17. A: Anh ấy là người như thế nào?

What kind of person is he?

B: Anh ấy là người tốt.

He's a good person.

C: Anh ấy nói nhiều lắm.

He is very talkative.

D: Anh ấy thông minh lắm.

He is very intelligent.

E: Tôi không biết anh ấy là người như thế nào.

I don't know what kind of person he is.

Exercises

1. Write and say the following sentences in English. Repeat the Vietnamese phrases several times to practice pronunciation.

Em trai của tôi chưa cưới được vì trẻ quá.

_____

Gia đình của tụi mình có sáu người.

_____

Nhà cô ấy ở quận mấy?

_____

Chị tôi không phải là nha sĩ, chị ấy là bác sĩ.

_____

Tôi không đi thành phố vì tôi bận rộn.

_____

Nếu tôi rảnh thì sẽ đi quán cà phê với em gái tôi.

_____

Bác của cô ấy thông minh và thân thiện.

_____

Bà nội của họ rất già.

_____

Ai là thợ uốn tóc của bạn?

_____

2.   Respond to the following questions and statements in Vietnamese. Practice speaking and writing.

1.   Bạn bao nhiêu tuổi?

_____

2.   Bạn có lập gia đình chưa?

_____

3.   Địa chỉ nhà bạn là gì?

_____

4.   Bạn làm nghề gì?

_____

3.   Write the question that should precede these answers.

1.   _____

Dì tôi kết hôn với một nhà văn.

2.   _____

Đó là ông ngoại tôi.

3.   _____

Chưa. Anh ấy chưa có vợ.

Test 9

Match the English vocabulary with the Vietnamese vocabulary

Vocabulary

_____	1.	address	a đường
_____	2.	patient	b nói nhiều
_____	3.	if	c. ồn ào
_____	4.	polite	d. địa chỉ
_____	5.	street	e. bao xa
_____	6.	age	f. thành phố
_____	7.	friendly	g. trẻ
_____	8.	intelligent	h. nếu
_____	9.	talkative	i. quận
_____	10.	district	j. lịch sự
_____	11.	old	k. thông minh
_____	12.	noisy	l. thân thiện
_____	13.	young	m. già
_____	14.	how far	n. tuổi
_____	15.	city	o. kiên nhẫn

Family

_____	1.	mother's father	a bố
_____	2.	elder brother	b bà nội
_____	3.	daughter	c. bác
_____	4.	father	d. dì
_____	5.	father's mother	e. em trai
_____	6.	elder sister	f. anh
_____	7.	uncle	g. mẹ
_____	8.	younger brother	h. ông ngoại
_____	9.	mother's sister	i. chị
_____	10.	mother	j. con gái

Occupations

_____	1.	police officer	a. giáo viên
_____	2.	office worker	b. công an
_____	3.	teacher	c. thợ máy
_____	4.	farmer	d. thư ký
_____	5.	nurse	e. nhân viên
_____	6.	mechanic	f. thợ cắt tóc
_____	7.	dentist	g. y tá
_____	8.	engineer	h. nha sĩ
_____	9.	businessperson	i. kỹ sư
_____	10.	secretary	j. nông dân
_____	11.	barber	k. nhà doanh nhân

Where do these people work? Match the professions on the right with the workplaces on the left.

_____	1.	nội trợ	a. trường đại học
_____	2.	nhân viên	b. sân bay
_____	3.	giáo viên	c. bệnh viện
_____	4.	giám đốc công ty	d. nhà hàng
_____	5.	y tá	e. nhà
_____	6.	phi công	f. văn phòng
_____	7.	nha sĩ	g. công ty
_____	8.	chủ cửa hàng	h. phòng khám răng
_____	9.	người phục vụ	i. cửa hàng

Translation Test: Write and say the following sentences in Vietnamese. Repeat them several times to practice pronunciation.

Her husand is a mechanic.

_____

If you are hungry then we'll go eat.

_____

What is your wife's occupation?

_____

Who is she engaged to?

_____

I have a husband, but I don't have children yet.

_____

His son is tall and thin.

_____

My company's address is 103 Lê Lợi Street.

_____

I want to be a teacher.

_____

My grandfather is seventy-six years old.

_____

Lesson 10

Plurals, comparatives and superlatives, feelings, animals, weather

Bài 10

Lesson 10

Từ vựng

Vocabulary

các	plural particle
những	plural particle
hơn	than, comparative particle
nhất	most, superlative particle
ít hơn	less than, less
nhiều hơn	more than, more
ít nhất	least
nhiều nhất	most
giống nhau; giống như	similar, same
khác nhau	dissimilar, different
chỉ	only
thôi	final particle similar to "that's it" or "that's all"
mới	just (in reference to time)
đâu	"…at all"
bên trong	inside
bên ngoài	outside
một mình	alone
chung, cùng nhau	together
mệt	tired

buồn ngủ	sleepy
vui	happy
vui vẻ	fun
buồn	sad
chán	bored
lo lắng	worried
tức giận	angry
bối rối	confused
đau lòng	broken hearted
yêu	to love
thương	to love
ghét	to hate
ngạc nhiên	surprised (sth. unexpected)
hết hồn, giật mình	surprised (frightened)
thất vọng	frustrated

Động vật	**Animals**
con vật cưng, thú vật	pet
nuôi	to take care of animals; to raise animals (farm animals, pets, etc.)
sở thú	zoo
(*con*) đực	male animal

(*con*) cái	female animal
(*con*) chó	dog
(*con*) mèo	cat
(*con*) heo	pig
(*con*) vịt	duck
(*con*) gà	chicken
(*con*) gà mái	hen
(*con*) gà trống	rooster
(*con*) voi	elephant
(*con*) ngựa	horse
(*con*) ngựa vằn	zebra
(*con*) hươu cao cổ	giraffe
(*con*) bò	cow
(*con*) bò đực	ox
(*con*) trâu	bull
(*con*) cua	crab
(*con*) cá	fish
(*con*) cá mập	shark
(*con*) mực	squid
(*con*) sò	shell
(*con*) tôm	shrimp
(*con*) chim	bird
(*con*) khỉ	monkey

(*con*) đười ươi	gorilla, orangutan
(*con*) chuột	mouse, rat
(*con*) rắn	snake
(*con*) hổ	tiger
(*con*) sư tử	lion
(*con*) cá sấu	crocodile
(*con*) ba ba	turtle
(*con*) rùa	tortoise
(*con*) kăng uru	kangaroo
(*con*) dê	goat
(*con*) cừu	sheep
(*con*) gấu	bear
(*con*) lạc đà	camel
(*con*) dơi	bat
(*con*) bướm	butterfly
(*con*) kiến	ant
(*con*) muỗi	mosquito
(*con*) ruồi	fly
(*con*) ong	bee

Thời tiết   Weather

Thời tiết	Weather
nóng	hot
lạnh	cold
mát mẻ	cool, breezy
nhiều gió	windy
mưa	rain
tuyết	snow
nắng	sunny
có mây	cloudy
trời nóng	hot weather
trời đang mưa	it is raining
tối; tối tăm	dark
sáng; sáng chói	bright
mùa	season
mùa xuân	spring
mùa hè	summer
mùa thu	fall
mùa đông	winter

Ngữ pháp - Grammar

các

"*các*" is a particle used to create plural nouns. It is used in situations where all items in question are included in the statement.

e.g.   *các* sinh viên ở trường này cần học tiếng Anh =
        (all) the students at this school must study English

tối nay *các* bạn tôi đến nhà tôi =
        tonight my friends are coming to my house

các áo sơ mi này đẹp lắm =
        these shirts are very beautiful

"*các*" is also used to make plural pronouns.

e.g.   *các* anh ấy là người Nhật =
        they (those men) are Japanese

các chị là người nước nào? =
        what nationality are you (women)?

It should be noted that you should avoid using the term "*các người*" (people). When referring to people as "*các người*" it sounds rude and derisive.

những

"*những*" is used to create plural nouns and pronouns in situations where an undefined number of people or items are being referred to.

> e.g. *những* ngôi nhà ở khu phố này cũ rồi =
>> the houses in this neighborhood are old
>
> hôm nay tôi mua *những* cây viết va giấy viết =
>> today I bought pens and paper
>
> *những* người ở văn phòng này là kỹ sư =
>> the people in this office are engineers

"*những*" is also used to create plural nouns and pronouns in situations where only a limited number of a group are being referred to. In this case it functions similar to the word "some" in English.

> e.g. *những* cô ấy là cô giáo ở trường học của tôi =
>> some of them (those women) are teachers at my school
>
> *những* ngày anh ấy thích đi sở thú =
>> some days he likes to go to the zoo

hơn

"*hơn*" is used to create comparative adjectives. It follows the adjective it modifies.

> e.g. anh ấy cao *hơn* tôi = he is taller than I

hôm nay trời nóng *hơn* hôm qua =
today the weather is hotter than it was yesterday

thịt heo ngon *hơn* thịt bò =
pork is more delicious than beef

ít hơn and *nhiều hơn*

"*ít hơn*" means "less than" or "less" and "*nhiều hơn*" means "more than" or "more".

e.g. tối nay trời mưa *ít hơn* tối qua =
tonight it rained less than last night

cô Thủy thích mèo *nhiều hơn* chó =
Thủy likes cats more than dogs

sau khi học bạn sẽ biết *nhiều hơn* =
after you study you will know more

nhất

"*nhất*" is used to create superlative adjectives. It follows the adjective it modifies.

e.g. anh ấy là người cao *nhất* trong trường của tụi mình
= he is the tallest person in our school

mùa đông là mùa lạnh *nhất* =
winter is the coldest season

món ăn ở nhà hàng đó ngon *nhất* =
the food at that restaurant is the most delicious

ít nhất and *nhiều nhất*

"*ít nhất*" means "least" and "*nhiều nhất*" means "most" when modifying verbs.

 e.g.   anh Phát nói *ít nhất* = Phát talks the least

   ở Việt Nam trời mưa *ít nhất* trong tháng bốn =
   in Vietnam it rains the least in April

   cô ấy yêu chồng của cô ấy *nhiều nhất* =
   she loves her husband the most

   tôi thích cái này *nhiều nhất* =
   I like this one the most

"*ít nhất*" and "*nhiều nhất*" can also mean "at least" and "at most" when followed by the verb "*là*".

 e.g. Anh ấy ăn *ít nhất* là ba chén cơm mỗi bữa ăn =
   He eats at least three bowls of rice every meal

 e.g. Cô Kelly ngủ *nhiều nhất* là tám tiếng một ngày =
   Kelly sleeps at most eight hours a day

chỉ...thôi

"*chỉ*" and "*thôi*" are often used together. "*chỉ*" is an adverb used to indicate a limited quantity or action, similar to "only" or "just" in English. "*thôi*" is a final particle used to indicate finality, or a limit that has been reached. It could be compared to "that's it", or "that's all" in English.

> e.g. cô Lucy *chỉ* ở Việt Nam hai tuần *thôi* =
> Lucy has only been in Vietnam for two weeks

> chỉ ba người đến đây hôm nay thôi =
> only three people came here today

Both "*chỉ*" and "*thôi*" can be used separate from each other.

> e.g. tôi *chỉ* thích cái này = I only like this one

> gia đình tôi có ba người *thôi* =
> my family has three people, that's all

mới

"*mới*" is an adverb which is used to indicate an action that was very recently completed, similar to "just" in English. It precedes the verb it modifies.

> e.g. cô Hiền *mới* đến Hà Nội =
> Hiền just arrived in Hà Nội
> em gái tôi *mới* tỉnh dậy =
> my younger sister just woke up

trời *mới* mưa một tiếng trước =

> it just rained an hour ago

đâu

"*đâu*" is a final particle used in negative sentences in order to create an absolute negative, similar to "...at all" in English.

e.g.   anh ấy không hiểu tiếng Anh *đâu* =

> he doesn't understand English at all

tôi không thích món ăn Việt Nam *đâu* =

> I don't like Vietnamese food at all

bạn tôi không có tiền *đâu* =

> my friend doesn't have any money at all

Classifiers

Classifiers are words which are necessary when counting nouns in the Vietnamese language.

Classifiers are also sometimes used in English. For example, "two *tubes* of toothpaste", "four *glasses* of water", or "a *carton* of milk". However, in most cases with Vietnamese the rule is that if you can count it, you must use a classifier. In fact, if the main noun is already understood, it will often be omitted in speech, and only the classifier used. There are a few exceptions to this, though, and these are listed below.

Classifiers usually group items which are perceived to have something in common or share a particular trait. However, sometimes the groupings can seem rather random, so it's always a good idea to try to learn which classifer to use at the same time you learn new nouns.

Classifier	Common Usage
cái	This is the most common classifier, roughly meaning "thing". It is "generic" and used with many different types of nouns.
người	people
con	animals, knives, boats, roads, paths
đàn, bầy	groups, herds of animals

cuốn	books, notebooks (southern)
quyển	books, notebooks (northern)
cuộn	rolled things, film
tờ	newspapers, magazines, sheets of paper
trái (southern), quả (northern)	fruits, vegetables, round objects
củ	vegetables, edible roots that grow beneath the ground
miếng	pieces of food, meat, etc.
chai	bottles of beer, water, etc.
ly	glasses of beer, water, etc.
tách	cups of tea, coffee, etc.
lon	cans of beer, soda, etc.
đĩa	plates of food
phần	servings, portions of food
hộp	small boxes or packets of things, e.g. cigarettes, cookies
bình	pots of tea, coffee, etc.
túi, giỏ, bị	bags of fruit, food, etc.

bộ	films, sets of clothing
chiếc	cars, motorcycles, boats, pots
hủ	jars
đôi	pairs of things (chopsticks, shoes, etc.)
lầu, tầng	levels, floors of buildings, classes of trains or airplane seats
lần	times (occurences)
loại	kinds, types of things
chỗ	seats, parking spaces, other small places
bông	flowers
căn	rooms, houses, apartments
ngôi	houses, buildings
toà	larger houses, buildings
bó	bunches (vegetables, chopsticks)
cọc	piles (money, paper, etc.)
cây	pencils, pens, trees, chopsticks, skewers

There are, however, certain types of nouns which do not use classifiers. These are places, amounts of time, and usually people.

e.g.   tôi đến ba nước rồi =

> I've gone to three countries already

tôi chờ cô ấy mười phút rồi =

> I've waited for her ten minutes already

có sáu triệu người sống ở Sài Gòn =

> there are six million people living in Sài Gòn

How to Use Classifiers

1. cardinal number (một, hai, ba…) + <u>classifier</u> + noun
   e.g. hai <u>con</u> chó = two dogs
   tôi có hai <u>con</u> chó = I have two dogs
   bốn <u>tờ</u> báo = four newspapers
   có bốn <u>tờ</u> báo ở trên bàn =
      there are four newspapers on the table

2. <u>classifier</u> + noun + này, đó, or kia
   e.g. <u>con</u> chó này = this dog
   <u>con</u> chó này của tôi = this is my dog
   <u>tờ</u> báo đó = that newspaper
   <u>tờ</u> báo đó của ai? = whose newspaper is that?

3. <u>classifier</u> + noun + ordinal number (thứ nhất, thứ hai…)
   e.g. <u>con</u> chó thứ nhất = the first dog
   <u>con</u> chó thứ nhất màu đen = the first dog is black
   <u>tờ</u> báo thứ ba = the third newspaper
   <u>tờ</u> báo thứ ba ở trên bàn =
      the third newspaper is on the table

4. mấy + <u>classifier</u> + noun
   e.g. mấy <u>con</u> chó? = how many dogs?
   bạn có mấy <u>con</u> chó? =
      how many dogs do you have?
   mấy <u>tờ</u> báo? = how many newspapers?
   anh ấy đọc mấy <u>tờ</u> báo rồi? =
      how many newspapers did he read already?

5. <u>classifier</u> + noun + adjective

   e.g. <u>con</u> chó nhỏ = a small dog

       tôi có một <u>con</u> chó nhỏ = I have a small dog

       <u>tờ</u> báo mới = a new newspaper

       đây là một <u>tờ</u> báo mới = this is a new newspaper

6. <u>classifier</u> + noun + nào

   e.g. <u>con</u> chó nào = which dog?

       <u>con</u> chó nào trẻ nhât? =

          which dog is the youngest?

       <u>tờ</u> báo nào? = which newspaper?

       <u>tờ</u> báo nào của bạn? = which is your newspaper?

7. nhiều + <u>classifier</u> + noun

   e.g. nhiều <u>con</u> chó = many dogs

Hội Thoại 1 - Conversation 1

Hiệp: Nhà em có nuôi thú vật, phải không?

Your house has pets, doesn't it?

Trinh: Dạ, phải. Nhà em có hai con chó.

Yes, it does. My house has two dogs.

Hiệp: Hai con chó màu gì?

What color are your two dogs?

Trinh: Một con màu đen và một con màu nâu. Còn nhà

của chị thì sao? Có nuôi thú vật không?

One is black and one is brown. How about your

house? Does it have any pets?

Hiệp: Có, nhưng mà nhà chị không có chó. Nhà chị chỉ

có một con mèo.

Yes, but my house doesn't have a dog. My house

only has a cat.

Trinh: Sao vậy? Chị không thích chó hả?

Why? You don't like dogs, huh?

Hiệp: Không phải, chị thích chó lắm, nhưng con mèo của

chị không thích đâu!

No, I like dogs a lot, but my cat doesn't like them at

all!

Hội Thoại 2 - Conversation 2

Lợi: Chào anh Thành! Không gặp anh ba ngày rồi. Anh
        đi đâu vậy?

        Hello Thành! I haven't seen you for three days
        already. Where did you go?

Thành: Chào anh Lợi! Tôi đã đi Đà Lạt. Tôi mới về sáng
        nay.

        Hello Lợi! I went to Đà Lạt. I just came back this
        morning.

Lợi: Anh đi với ai?

        Who did you go with?

Thành   Tôi đi một mình. Chị tôi muốn đi với tôi nhưng mà
        chị ấy không rảnh.

        I went alone. My older sister wanted to go with me
        but she didn't have free time.

Lợi: Thời tiết ở Đà Lạt như thế nào?

        What is the weather like in Đà Lạt?

Thành: Trời lạnh. Ở Đà Lạt trời không nóng đâu.

        It was cold. It's not hot in Đà Lạt at all.

Lợi: Thế hả? Ở đây trời vẫn nóng lắm. Anh có mua
        được cái gì không?

        Really? Here the weather was still hot. Did you buy
        anything?

Thành: Có! Tôi mua nhiều hoa cho mẹ tôi, một áo sơ mi
        cho chị tôi, và hai hộp trái dâu.
        Yes! I bought many flowers for my mother, a shirt
        for my older sister, and two boxes of strawberries.

Lợi: Anh mua hai hộp trái dâu cho ai?
        Who did you buy the two boxes of strawberries for?

Thành: Một hộp cho tôi và một hộp cho anh!
        One box for me and one box for you !

Lợi: Ồ! Cám ơn anh rất nhiều! Tôi thích ăn dâu lắm.
        Oh! Thank you so much. I like to eat strawberries
        a lot!

Thành: Không có chi. Chúc ăn ngon nhé!
        Never mind. Enjoy them!

Câu Văn - Sentences

1.   A: Hôm nay thời tiết như thế nào?

         How is the weather today?

     B: Hôm nay trời nóng.

         Today the weather is hot.

     C. Hôm nay trời nắng.

         Today the weather is sunny.

2.   A: Trời đang mưa.

         It is raining.

     B: Trời sắp mưa.

         It's going to rain.

     C: Trời mưa rồi.

         It rained already.

     D: Trời mới mưa.

         It has just rained.

     E: Trời đã mưa trong một tuần rồi.

         It has been raining for a week already.

     F: Ở Việt Nam trời không bao giờ có tuyết.

         In Vietnam it is never snowy.

3.   A: Tôi thích mèo.

         I like cats.

     B: Tôi thích con mèo này.

         I like this cat.

C: Tôi thường không thích mèo nhưng tôi thích con mèo này.

I usually don't like cats, but I like this cat.

4. A: Hai đôi giầy này có giống nhau không?

Are these two pairs of shoes the same?

B: Hai cuốn sách này giống nhau.

These two books are the same.

C: Hai cái bao đó không giống nhau.

Those two bags are not the same.

5. A: Áo sơ mi này và áo sơ mi đó có khác nhau không?

Are this shirt and that shirt different?

B: Cái mũ này và cái mũ đó khác nhau.

This hat and that hat are different.

C: Chiếc xe đạp này và chiếc xe đạp đó khác nhau như thế nào?

How are this bicycle and that bicycle different?

6. A: Anh Cường cao hơn anh Đức.

Cường is taller than Đức.

B: Lon bia này lạnh hơn lon bia đó.

This can of beer is colder than that can of beer.

C: Tóc của tôi dài hơn tóc của anh trai tôi.

My hair is longer than my older brother's hair.

D: Hôm qua trời nóng hơn hôm nay.

Yesterday the weather was hotter than today.

7. A: Món ăn Thái Lan cay nhất.

   Thai food is the spiciest.

   B: Cuốn sách này thú vị nhất.

   This book is the most interesting.

   C: Trong gia đình tôi, tôi là người cao nhất, và chị gái tôi là người thấp nhất.

   In my family, I am the tallest and my older sister is the shortest.

   D: Ở Việt Nam, tháng tư là tháng nóng nhất.

   In Vietnam, April is the hottest month.

8. A: Bạn thích chiếc xe ôtô nào hơn, chiếc đỏ hay là chiếc đen?

   Which car do you like more, the red one or the black one?

   B: Tôi thích món ăn Nhật nhất

   I like Japanese food best.

   C: Món ăn nào ngon hơn, món ăn Thái hay món ăn Nhật?

   Which food is more delicious, Thai food or Japanese food?

9. A: Ở thành phố Hồ Chí Minh con đường nào là dài nhất?

   In Hồ Chí Minh city which street is the longest?

B: Ở thành phố Hồ Chí Minh đường Điện Biên Phủ là dài nhất.

In Hồ Chí Minh city Điện Biên Phủ street is the longest.

10. A: Anh thích con vật nào nhất?

Which animal do you like best?

B: Tôi thích con voi nhất vì nó là con vật to nhất.

I like elephants most because they're the biggest animals.

11. A: Chị có thích những bộ phim Hàn Quốc không?

Do you like Korean films?

B: Không. Tôi chỉ thích những bộ phim Mỹ thôi.

No. I only like American films.

12. A: Tối mai các anh ấy có đi xem phim với chúng ta không?

Will they go to the cinema with us tomorrow night?

B: Có. Họ rất vui vì chúng ta mời họ.

Yes. They are very happy because of our invitation.

C: Không. Vì họ mệt.

No. Because they're tired.

13. A: Tại sao bạn trông có vẻ buồn vậy?

Why do you look sad?

B: Tôi buồn vì trời mưa.

I'm sad because it's raining.

C: Tôi buồn vì cô ấy không yêu tôi.

I'm sad because she doesn't love me.

D: Tôi không có buồn đâu. Tôi chỉ buồn ngủ thôi.

I'm not sad at all. I'm only sleepy.

Exercises

1. Write and say the following sentences in English. Repeat the Vietnamese phrases several times to practice pronunciation.

Tôi chỉ thích đi chơi khi trời mát mẻ.

_____

Cái đồng hồ này mắc hơn cái đó.

_____

Tháng trước trời mưa nhiều quá.

_____

Tối qua anh ấy uống nhiều ly bia.

_____

Nhà cô ấy không có nuôi chó mèo.

_____

Món ăn Việt và món ăn Mỹ không giống nhau đâu.

_____

Trong các con cá này, con nào là con lớn nhất?

_____

Trong gia đình tôi, ông nội là người già nhất.

_____

Hà Nội nhỏ hơn Sài Gòn.

_____

2.　Respond to the following questions and statements in Vietnamese. Practice speaking and writing.

1.　Trong gia đình của bạn ai là người thông minh nhất?

    _____

2.　Đất nước nào lớn hơn, Việt Nam hay là Trung Quốc?

    _____

3.　Nhà bạn có nuôi chó mèo không? Nếu có thì bạn có con gì? Có mấy con?

    _____

4.　Hôm nay thời tiết như thế nào?

    _____

3.　Write the question that should precede these answers.

1.　_____

    Dạ không. Tôi không thích trời lạnh đâu.

2.　_____

    Tôi thích món ăn Thái Lan nhiều nhất.

3.　_____

    Tôi thích cái này nhiều hơn vì cái đó mắc hơn.

Test 10

Match the English vocabulary with the Vietnamese vocabulary

Vocabulary

_____	1.	alone	a	hơn
_____	2.	same	b	chỉ
_____	3.	hate	c.	nhất
_____	4.	than	d.	lo lắng
_____	5.	only	e.	mệt
_____	6.	outside	f.	ghét
_____	7.	happy	g.	buồn ngủ
_____	8.	worried	h.	bên ngoài
_____	9.	other	i.	như thế nào
_____	10.	tired	j.	một mình
_____	11.	sleepy	k.	giống nhau
_____	12.	inside	l.	khác
_____	13.	different	m.	vui vẻ
_____	14.	most	n.	bên trong
_____	15.	how	o.	khác nhau

Animals

_____	1.	pig	a	con chó
_____	2.	cow	b	con voi
_____	3.	dog	c.	con mèo
_____	4.	horse	d.	con bò
_____	5.	rat	e.	con khỉ
_____	6.	cat	f.	con gà
_____	7.	monkey	g.	con heo
_____	8.	elephant	h.	con chuột
_____	9.	bird	i.	con ngựa
_____	10.	chicken	j.	con chim

Classifiers

_____	1.	vehicles	a.	con
_____	2.	plates of food	b.	chiếc
_____	3.	books	c.	cuốn
_____	4.	animals	d.	đĩa
_____	5.	general, "things"	e.	miếng
_____	6.	fruit	f.	cái
_____	7.	cans	g.	trái
_____	8.	glasses	h.	đôi
_____	9.	bottles	i.	lon
_____	10.	pieces of meat	j.	chai
_____	11.	pairs	k.	ly

Translation Test: Write and say the following sentences in Vietnamese.
Repeat them several times to practice pronunciation.

I am younger than you.

_____

These two pairs of shoes are the same.

_____

Which is bigger, this one or that one?

_____

The weather in Vietnam is hot and sunny in March.

_____

It rained already today.

_____

I usually like dogs, but I don't like that dog.

_____

How is this car different from that car?

_____

I have only two books.

_____

I am most tired after I do exercise.

_____

Appendix I

Useful words and phrases

General Conversation

Hello. Good morning	Xin chào
Good afternoon. Good evening	
How are you?	Bạn có khỏe không?
Fine.	Khỏe.
Not fine.	Không khỏe.
Not very well.	Không khỏe lắm.
I'm normal, I'm so-so.	Tôi bình thường.
I'm sick.	Tôi bị bệnh.
How about you?	Còn bạn thì sao?
Good bye.	Tạm biệt.
See you tomorrow.	Mai gặp lại.
See you later, See you again.	Hẹn gặp lại.
Thank you.	Cám ơn.
Thank you very much.	Cám ơn nhiều.
You're welcome.	Không có chi.
Excuse me. / I'm sorry.	Xin lỗi.
Never mind.	Không sao đâu.
Nice to meet you.	Rất vui được gặp bạn.
Who?	Ai?
What?	Cái gì?

When?	Khi nào?
Why?	Tại sao?
Which?	Cái nào?
How?	Làm sao?; Như thế nào?; Sao?
Whose?	Của ai?
How much? How many?	Bao nhiêu?
How much (money)?	Bao nhiêu tiền?
This.	Cái này.
That.	Cái đó, cái kia.
That one over there.	Cái kia.
How much is this?	Cái này bao nhiêu tiền?
What's this?	Cái này là cái gì?
What's that?	Cái đó là cái gì?
Where?	Ở đâu.
Here.	Ở đây.
There.	Ở đó.
Over there.	Ở kia.
Where is the bathroom?	Nhà vệ sinh ở đâu?
hospital	bệnh viện
pharmacy	nhà thuốc
airport	sân bay
bus station	bến xe

train station	ga xe lửa
hotel	khách sạn
market	chợ
embassy	tòa đại sứ
post office	bưu điện
Hello? (on the phone)	Alô?
I'd like to speak to John.	Tôi muốn nói chuyện với John.
John's not home.	John không có nhà.
This is John.	John đây.
Wait a moment.	Chờ một chút.
Please hang on.	Vui lòng giữ máy.
Really?	Thế hả?
Right?	Phải không? Đúng không?
Is that correct?	Nó đúng không?
Yes.	Vâng.
No.	Không.
That's correct.	Đúng rồi.
That's not correct.	Không đúng.
If	Nếu
Then	Thì
Because	Vì
Maybe	Có lẽ

Please	Làm ơn; Vui lòng
Not yet.	Chưa.
Already.	Rồi.
I did it already.	Tôi làm rồi.
But	Nhưng mà
Don't	Đừng
Don't go.	Đừng đi.
Don't do it.	Đừng làm.
Where are you going?	Bạn (đang) đi đâu?
I'm going to _____.	Tôi (đang) đi _____.
Have you eaten yet?	Bạn ăn cơm chưa?
What's your name?	Bạn tên (là) gì?
My name is _____.	Tôi tên (là) _____.
What do you do?	Bạn làm gì?
What's your occupation?	Bạn làm nghề gì?
I'm a businessman.	Tôi là nhà doanh nghiệp.
doctor	bác sĩ
engineer	kỹ sư
student	sinh viên
secretary	thư ký
teacher, instructor	giáo viên
professor	giáo sư
tourist	khách du lịch, du khách

farmer	nông dân
driver	tài xế
housewife	nội trợ
mechanic	thợ máy
What's your nationality?	Bạn là người nước nào?
I'm Vietnamese.	Tôi là người Việt.
American	Mỹ
Australian	Úc
German	Đức
French	Pháp
English	Anh
Russian	Nga
Japanese	Nhật
	Nhật Bản
Korean	Hàn Quốc
Do you like Vietnam?	Bạn thích Việt Nam không?
Vietnamese people are friendly.	Người Việt thân thiện.
Vietnam is very hot.	Việt Nam nóng lắm.
Vietnam is very beautiful.	Việt Nam đẹp lắm.
It rains a lot.	Trời mưa nhiều.
Vietnam is a tough place to live.	Việt Nam là một nơi rất khó sống.

Vietnam is an easy place to live. Việt Nam là một nơi rất dễ sống.

I like Hanoi. Tôi thích Hà Nội.

I don't like Hanoi. Tôi không thích Hà Nội.

I like the countryside. Tôi thích miền quê.

Can you speak Vietnamese? Bạn nói được tiếng Việt không?

I can speak a little Vietnamese. Tôi nói được một chút tiếng Việt.

Do you know how to speak English?

Bạn biết nói tiếng Anh không?

I don't know how to speak English.

Tôi không biết nói tiếng Anh.

Please speak slowly. Làm ơn nói chậm lại.

Please repeat that. Vui lòng nói lại.

Can you read Vietnamese? Bạn có thể đọc tiếng Việt không?

Do you know how to write Vietnamese?

Bạn biết viết tiếng Việt không?

I can't hear. Tôi không thể nghe.

I didn't hear.	Tôi đã không nghe.
I'm studying Vietnamese.	Tôi (đang) học tiếng Việt.
I'm studying Vietnamese with this book.	
	Tôi (đang) học tiếng Việt với cuốn sách này.
What does _____ mean?	_____ có nghĩa là gì?
How old are you?	Bạn bao nhiêu tuổi?
I'm thirty-one years old.	Tôi ba mươi mốt tuổi.
Where do you live/stay?	Bạn sống ở đâu?
I live/stay in/at _____.	Tôi sống ở _____.
How many people are in your family?	
	Gia đình (của) bạn có mấy người?
How many brothers and sisters do you have?	
	Bạn có bao nhiêu anh chị em?
Do you have a wife yet?	Bạn có vợ chưa?
I have a wife already.	Tôi có vợ rồi.
I don't have a husband yet.	Tôi chưa có chồng.
Do you have a family yet?	Bạn lập gia đình chưa?
How many children do you have already?	
	Bạn có mấy cháu rồi?
I'm single.	Tôi còn độc thân.

I'm divorced.	Tôi đã ly dị.
My wife passed away.	Vợ tôi đã mất.
How's the weather?	Thời tiết như thế nào?
The weather is hot.	Trời thì nóng.
The weather is cold.	Trời thì lạnh.
It's raining.	Trời đang mưa.
Can I meet you again tomorrow?	
	Ngày mai tôi gặp lại bạn được không?
Can you teach me Vietnamese?	Bạn dạy tiếng Việt cho tôi được không?
I like _____.	Tôi thích _____.
I don't like _____.	Tôi không thích _____.
I like Vietnamese people.	Tôi thích người Việt.
You are very kind.	Bạn tốt bụng lắm.
Where are you staying?	Bạn đang ở đâu?
I am staying at the New World Hotel.	
	Tôi đang ở khách sạn New World.
Here is my address.	Đây là địa chỉ của tôi.
Here is my phone number.	Đây là số điện thoại của tôi.
Can you give me your address?	Bạn cho tôi địa chỉ của bạn được không?

Can you give me your phone number?

> Bạn cho tôi số điện thoại
> của bạn được không?

Call me.

> Gọi điện thoại cho tôi
> nhé.

Can I call you?

> Tôi gọi điện thoại cho
> bạn được không?

I'm leaving tomorrow. Ngày mai tôi đi rồi.

I'm going back to my country next week.

> Tuần sau tôi về nước.

In a Restaurant

I want to order _____ .	Tôi muốn gọi _____ .
What would you like to eat?	Bạn muốn ăn món ăn gì?
What would you like to drink?	Bạn muốn uống gì?
Please give me a glass of water.	Vui lòng cho tôi một ly nước.
Please give me one serving of fried rice.	
	Vui lòng cho tôi một phần cơm chiên.
Please give me some more rice.	Vui lòng cho tôi thêm cơm.
Give me some ice.	Cho tôi một ít đá.
I don't eat meat.	Tôi không ăn thịt.
Is it spicy?	Nó có cay không?
It's too spicy!	Nó cay quá!
It's not spicy.	Nó không có cay.
Is it good/delicious?	Nó có ngon không?
It's very delcious.	Ngon lắm.
This food is very delcious.	Món ăn này ngon lắm.
It's not good/delcious.	Nó không ngon.
It's okay	Nó cũng được.
I like Vietnamese food.	Tôi thích món ăn Việt Nam.

I want to eat dessert.	Tôi muốn ăn tráng miệng.
Chúc ăn ngon!	Enjoy your meal!
I'm full.	Tôi no rồi.
That's enough.	Đủ rồi.
I'm drunk.	Tôi say rồi.
Vietnamese food	món ăn Việt Nam
Can I have the bill?	Tính tiền.
food	thức ăn
dish	món ăn
meat	thịt
beef	thịt bò
pork	thịt heo
chicken meat	thịt gà
duck meat	thịt vịt
egg	trứng
seafood	hải sản
fish	cá
shrimp	tôm
lobster	tôm hùm
crab	cua
shell	sò / nghêu
snail	ốc

squid	mực
eel	lươn
fruit	trái cây
orange	trái cam
banana	trái chuối
apple	trái táo
grapefruit / pomelo	trái bưởi
strawberry	trái dâu
pineapple	trái thơm
grape	trái nho
watermelon	trái dưa hấu
lime	trái chanh
pear	trái lê
rambutan	trái chôm chôm
lychee	trái vải
coconut	trái dừa
tamarind	trái me
papaya	trái đu đủ
guava	trái ổi
mango	trái xoài
jackfruit	trái mít
durian	trái sầu riêng
longan	trái nhãn

vegetable	rau
broccoli	bông cải xanh
cauliflower	bông cải trắng
peas	đậu hà lan
lettuce	rau xà lách
cabbage	bắp cải
tomato	trái cà chua
mushroom	nấm
potato	củ khoai tây
carrot	củ cà rốt
onion	củ hành
corn	trái bắp
cucumber	trái dưa leo
bean sprouts	giá
garlic	củ tỏi
ginger	củ gừng
basil	rau quế
lemongrass	sả
chili pepper	ớt
egg noodles	mì
rice noodles	phở; hủ tíu
glass noodles	sợi miến
drink, beverage	đồ uống

fruit juice	nước trái cây
fruit shake	sinh tố
milk	sữa
coffee	cà phê
iced coffee with milk	cà phê sữa đá
tea	trà
iced tea	trà đá
limeade	nước chanh
beer	bia
soft drink	nước ngọt
alchohol	rượu
water	nước
to cook	nấu ăn
steamed	hấp
grilled	nướng
stir fried	xào
deep fried	chiên
boiled	luộc
baked	đút lò
fish sauce	nước mắm
soy sauce	nước tương
chili sauce	tương ớt

Expressing Needs and Feelings

I'm hungry.	Tôi đói bụng.
I'm thirsty.	Tôi khát nước.
I'm tired/exhausted.	Tôi mệt lắm.
I'm sleepy.	Tôi buồn ngủ.
I'm happy.	Tôi hạnh phúc.
I'm excited.	Tôi vui quá.
I'm hot.	Tôi nóng.
I'm cold.	Tôi lạnh.
I don't feel well.	Tôi không khỏe.
I'm sick.	Tôi bị bệnh.
I have a stomachache.	Tôi đau bụng.
a headache	đau đầu.
a fever	sốt
a sore throat	viêm họng
dizziness	chóng mặt
diarrhea	tiêu chảy
a cold	bị cảm
the flu	bị cúm
I need medicine.	Tôi cần uống thuốc.
I need to sleep.	Tôi cần ngủ.

I want to rest a little.	Tôi muốn nghỉ một chút.
I want to go to a doctor/clinic.	Tôi muốn đi khám bệnh.
I need to go to the hospital.	Tôi phải đến bệnh viện.
I need to go to the pharmacy.	Tôi phải đến nhà thuốc.
I'm feeling better.	Tôi thấy khỏe hơn.
Help!	Cứu với!
Watch out!	Coi chừng!
I want to drink some water.	Tôi muốn uống nước.
I want a bottle of beer.	Tôi muốn một chai bia.
I want a glass of coffee.	Tôi muốn một ly cà phê.
I want a pack of cigarettes.	Tôi muốn một hộp thuốc lá.
I want to go to the bathroom.	Tôi muốn đi nhà vệ sinh.
I want a single room.	Tôi muốn phòng đơn.
I want a double room.	Tôi muốn phòng đôi.
How much for one day?	Một ngày bao nhiêu tiền?
It's too loud.	Nó thì ồn ào lắm.
This room is fine.	Phòng này cũng được.
Please turn on the fan.	Vui lòng bật quạt lên.
Please turn up the air conditioner.	Vui lòng tăn nhiệt độ máy lạnh lên.
Please turn down the air conditioner.	

	Vui lòng giảm nhiệt độ máy lạnh xuống.
I want some more water.	Tôi muốn thêm nước.
I'm lost.	Tôi bị lạc đường.
I don't have enough money.	Tôi không có đủ tiền.
I need to go get money.	Tôi phải đi lấy tiền.
I want to go to the bank.	Tôi muốn đến ngân hàng.
I need to exchange money.	Tôi phải đi đổi tiền.
I want to _____. (verb)	Tôi muốn _____.
I want _____. (noun)	Tôi muốn _____.
Do you understand?	Bạn hiểu không?
I don't understand.	Tôi không hiểu.
I understand a little.	Tôi hiểu một chút.
I don't know.	Tôi không biết.
I agree with you.	Tôi đồng ý.
I believe you.	Tôi tin bạn.
I don't believe you.	Tôi không tin bạn đâu.
I'm sure.	Tôi chắc mà.
I'm not sure.	Tôi không chắc lắm.
I'm just joking.	Tôi nói đùa thôi.
No problem.	Không sao đâu.
A little bit. (amount)	Một chút.
A little bit. (time)	Một lát.

I forgot.	Tôi quên rồi.
I can't remember.	Tôi không thể nhớ.
Let's go.	Chúng ta đi (thôi).
I'm busy.	Tôi đang bận.
I'm sad.	Tôi buồn.
I'm lonely.	Tôi cô độc.
I'm angry.	Tôi tức giận.
I'm mad at myself.	Tôi giận chính mình.
I'm homesick.	Tôi nhớ nhà.
I'm confused.	Tôi bối rối.
I'm embarrassed.	Tôi xấu hổ.
I'm bored.	Tôi chán.
I'm worried.	Tôi lo lắng.
I'm scared.	Tôi sợ.
I'm hurt (emotionally).	Tôi bị tổn thương.
I'm hurt (physically).	Tôi (bị) đau.
No smoking	Cấm hút thuốc.
Speak up.	Nói lớn lên.
I made a mistake	Tôi có lỗi.
Wait a moment.	Chờ một chút.
Happy birthday.	Sinh nhật vui vẻ.
Merry Christmas.	Chúc mừng Giáng Sinh.
Good luck.	Chúc may mắn.

I wish you happiness.	Chúc bạn hạnh phúc.
Happy New Year.	Chúc mừng năm mới.
Have a nice Tet Holiday.	Chúc ăn Tết vui vẻ.

Appendix II

Answers to multiple choice and translation tests

Test Answers

Test 1

Matching:

1. f 2. m 3. h 4. a 5. p 6. d 7. q 8. c
9. n 10. o 11. e 12. k 13. j 14. l 15. b

Translating:

1. Bạn tên (là) gì?

2. Tôi tên là _____.

3. Bạn (có) khỏe không?

4. Cảm ơn.

5. Không có chi.

6. Không sao đâu.

7. Rất vui được gặp bạn.

8. Đây có phải là quyển vở không?

9. Đó không phải là cây bút chì.

Test 2

Matching:

1. k 2. g 3. d 4. l 5. b 6. j 7. r 8. p
9. m 10. o 11. a 12. c 13. f 14. e 15. h

Translating:

1. Bạn là người nước nào?

2. Tôi là người Mỹ.

3. Từ điển ở trong phòng.

4. Cái này bao nhiêu tiền?

5. Cái đó mắc quá.

6. Tôi có điện thoại.

7. Từ điển ở dưới giường.

8. Sách ở giữa giấy và máy chụp hình.

9. Tivi ở đâu?

Test 3

Matching:

1. e 2. o 3. f 4. a 5. h 6. p 7. j 8. m

9. c 10. r 11. i 12. k 13. b 14. d 15. q

Translating:

1. Tôi đi làm bằng xe buýt.

2. Bến xe ở đâu?

3. Tôi muốn ăn cơm.

4. Bạn muốn uống cà phê không?

5. Anh ấy làm việc ở một thư viện.

6. Họ học tiếng Anh ở một trường đại học.

7. Tôi đang xem phim.

8. Bạn (có thể) nói tiếng Việt được không?

9. Họ đang làm gì?

Test 4

Matching:

1. h   2. n   3. j   4. a   5. f   6. p   7. k   8. e

9. q   10. o   11. d   12. b   13. i   14. m   15. g

Translating:

1. Máy bay đến sân bay lúc mười một giờ rưỡi sáng.

2. Cô ấy làm việc cho đến tám giờ tối.

3. Tôi ăn sáng trước khi đi tắm.

4. Anh ấy (sẽ) đi Hà Nội ngày mai.

5. Hôm qua tôi tỉnh dậy sớm.

6. Tối mai tui mình (sẽ) đi dự một buổi tiệc.

7. Cô ấy về nhà sau bốn giờ một chút.

8. Tôi thường tập thể dục buổi chiều.

9. Tui mình ăn tối sau khi về nhà.

Test 5

Matching Months:

1. g   2. e   3. i   4. l   5. b   6. c

7. f 8. k 9. j 10. a 11. h 12. d

Matching Days:

1. d 2. f 3. g 4. c 5. e 6. b

Translating:

1. Hôm nay là ngày một tháng tư, năm hai nghìn lẻ năm.

2. Tôi đi làm lúc tám giờ sáng mai.

3. Tôi không có thời gian đi chơi thứ bảy.

4. Tôi đến Việt Nam tháng hai.

5. Tôi (đã) học tiếng Anh bốn năm.

6. Hôm nay là ngày mấy?

7. Tối thứ tư anh ấy (sẽ) đi chơi với bạn của anh ấy.

8. Cuối tuần sau tui mình đi Nha Trang.

9. Tôi tập thể dục mỗi thứ hai, thứ tư và thứ sáu.

Test 6

Matching Vocabulary:

1. c 2. a 3. h 4. l 5. j 6. i

7. b 8. g 9. k 10. d 11. e 12. f

Matching Colors:

1. f 2. j 3. e 4. h 5. b 6. c
7. i 8. d 9. g 10. k 11. a

Translating:

1. Áo sơ mi màu trắng của tôi cũ lắm.

2. Tôi không thích quần áo màu đen.

3. Tại sao bạn về nhà sớm quá?

4. Tôi đến chợ để mua một đôi giầy màu đen.

5. Tại sao hôm qua bạn không đi làm?

6. Hôm nay cô ấy mua một chiếc xe hơi màu trắng mới.

7. Anh ấy đang đội mũ màu xanh lá cây.

8. Họ đến quán cà phê để gặp bạn của họ.

9. Cuốn sách mới này cho bạn.

Test 7

Matching Vocabulary:

1. c 2. e 3. l 4. a 5. j 6. b
7. g 8. k 9. f 10. i 11. h 12. d

Matching Food:

1. f   2. a   3. h   4. b   5. k   6. g

7. c   8. j   9. d   10. i   11. e

Translating:

1. Bạn thích món ăn Việt Nam không?

2. Cô ấy không ăn thịt.

3. Tôi không ăn món ăn nước ngoài được.

4. Tôi chưa bao giờ đến Hà Nội.

5. Bạn khát chưa?

6. Tôi rất thích rau tươi.

7. Bạn tôi chưa đến bến xe.

8. Tôi không biết dùng đũa.

9. Cô ấy đi chợ để mua trái cây, thịt heo và gạo.

Test 8

Matching Vocabulary:

1. m   2. c   3. f   4. a   5. g   6. k   7. h   8. d

9. l   10. n   11. b   12. r   13. i   14. q   15. o

Translating:

1. Cô ấy có chân dài.

2. Bạn tôi thấp và mảnh mai với tóc dài.

3. Tôi rửa bát đĩa sau khi ăn tối.

4. Tôi thường uống nhiều nước khi bị cảm.

5. Hôm nay anh ấy làm vệ sinh nhà cửa trước khi đi tắm.

6. Tôi chải tóc một ngày ba lần.

7. Bạn cạo râu một tuần mấy lần?

8. Tôi đi khám bệnh vì tôi bị cúm.

9. Cô ấy mua thuốc vì cô ấy đau đầu.

Test 9

Matching Vocabulary:

1. d   2. o   3. h   4. j   5. a   6. n   7. l   8. k

9. b   10. i   11. m   12. c   13. g   14. e   15. f

Matching Family:

1. h   2. f   3. j   4. a   5. b   6. i   7. c   8. e   9. d   10. g

Matching Occupations:

1. b   2. e   3. a   4. j   5. g   6. c   7. h   8. i   9. k   10. d   11. f

Matching Workplaces:

1. e   2. f   3. a   4. g   5. c   6. b   7. h   8. i   9. d

Translating:

1. Chồng của cô ấy là thợ máy.

2. Nếu bạn đói (bụng) thì tui mình sẽ đi ăn cơm.

3. Vợ bạn làm nghề gì?

4. Cô ấy đính hôn với ai?

5. Tôi có chồng, nhưng mà chưa có con.

6. Con trai của anh ấy cao và ốm.

7. Địa chị của công ty của tôi là một lẻ ba đường Lê Lợi.

8. Tôi muốn làm giáo viên.

9. Ông (ngoại or nội) tôi bảy mươi sáu tuổi.

Test 10

Matching Vocabulary:

1. j   2. k   3. f   4. a   5. b   6. h   7. m   8. d
9. l   10. e   11. g   12. n   13. o   14. c   15. i

Matching Animals:

1. g   2. d   3. a   4. i   5. h   6. c   7. e   8. b   9. j   10. f

Matching Classifiers:

1. b 2. d 3. c 4. a 5. f 6. g 7. i 8. k 9. j 10. e 11. h

Translating:

1. Tôi trẻ hơn bạn.

2. Hai đôi giầy này giống nhau.

3. Cái nào lớn hơn, cái này hay là cái đó?

4. Ở Việt Nam trời nóng và nắng trong tháng ba.

5. Hôm nay trời đã mưa rồi.

6. Tôi thương thích chó, nhưng mà tôi không thích con chó này.

7. Chiếc xe này khác nhau với chiếc xe đó như thế nào?

8. Tôi chỉ có hai cuốn sách (thôi).

9. Tôi mệt nhất sau khi tập thể dục.